पैसा झाला मोठा

श्रीमंतीकडे नेणारा व्यवहार्य मार्ग

स्वानंद समुद्र

शब्दांकन
मिलिंद शिंत्रे

सकाळ प्रकाशन

सकाळ प्रकाशन

PAISA JHALA MOTHA

© 2026, Swanand Samudra

पैसा झाला मोठा

© २०२६, स्वानंद समुद्र

प्रथम आवृत्ती : एप्रिल २०२६

प्रकाशक : सकाळ मीडिया प्रा. लि.
५९५, बुधवार पेठ, पुणे ४११ ००२

संपादन : वर्षा आठवले

मुखपृष्ठ आणि मांडणी : मधुमिता शिंदे

मुद्रणस्थळ : विकास प्रिंटिंग ॲण्ड कॅरिअर्स प्रा. लि.
प्लॉट नं. ३२, एमआयडीसी, सातपूर, नाशिक

ISBN : 978-93-47138-39-3

संपर्क : ९८८१५ ९८८१५/८८८८८ ४९०५०
sakalprakashan@esakal.com

माझ्या कुटुंबाला,

समाजातून मिळालेल्या अनुभवांना

आणि

स्वतःच्या आर्थिक प्रवासात बदल घडवणाऱ्या

प्रत्येक वाचकाला

हे पुस्तक अर्पण!

माझ्या कुटुंबाला,

समाजातून मिळालेल्या अनुभवांना

आणि

स्वतःच्या आर्थिक प्रवासात बदल घडवणाऱ्या

प्रत्येक वाचकाला

हे पुस्तक अर्पण!

आभार

हे पुस्तक पूर्ण होणं हा केवळ लेखनाचा प्रवास नव्हता, तर तो अनुभवांचा, निरीक्षणांचा आणि अनेक नात्यांचा प्रवास होता. या प्रवासात प्रत्यक्ष वा अप्रत्यक्षपणे साथ देणाऱ्या प्रत्येकाचा मनापासून उल्लेख करावासा वाटतो.

सर्वप्रथम, दैनंदिन जीवनात मला भेटलेल्या त्या सर्व व्यक्तींचा मी ऋणी आहे ज्यांच्या प्रश्नांमधून, अडचणींमधून, अनुभवांमधून आणि कधी कधी अपयशांमधून पैशांविषयीच्या वास्तवाची खरी ओळख मला झाली. त्यांच्या प्रामाणिक संवादामुळेच या पुस्तकाला दिशा मिळाली.

माझ्या कुटुंबाचे मनापासून आभार, कामानिमित्त असंख्य लोकांच्या भेटीगाठी, रोटरी व माझे इतर सामाजिक उपक्रम या मध्ये वेळ देताना, कोणतीही तक्रार न करता त्यांनी दिलेला पाठिंबा मोलाचा आहे.

माझ्या मित्रपरिवाराचे, सहकाऱ्यांचे आणि परिचितांचेही आभार, ज्यांनी वेळोवेळी प्रश्न विचारून, चर्चा करून या विषयाकडे अधिक खोलवर पाहायला मला प्रवृत्त केले. त्यांच्या प्रश्नांनीच अनेक प्रकरणांना आकार दिला.

माझ्या व्यावसायिक प्रवासात भेटलेल्या सर्व मार्गदर्शकांचे आणि ज्येष्ठांचे विशेष आभार त्यांच्या अनुभवांतून, सूचनांतून आणि निरीक्षणांतून आर्थिक शिस्तीचं महत्त्व अधिक स्पष्टपणे उमगलं.

हे पुस्तक हातात घेणाऱ्या वाचकांचेही मनापासून आभार, कारण वाचकांशिवाय कोणतंही लेखन पूर्ण होत नाही. हे पुस्तक तुमच्या विचारांना स्पर्श करेल. तुमच्या आयुष्यातील काही आर्थिक निर्णय अधिक स्पष्ट करेल, आणि पैशांविषयीचा गोंधळ थोडा कमी करेल, हीच अपेक्षा आणि समाधान.

या सगळ्यांच्या सहकार्यामुळेच हे पुस्तक केवळ लिहिलं गेलं नाही, तर घडत गेलं.

– **लेखक**

मनोगत

पैसा हा विषय जितका रोजचा आहे, तितकाच तो अनेकांसाठी गोंधळाचा आहे.

दैनंदिन जीवनात समाजात वावरताना, वेगवेगळ्या पार्श्वभूमीतील लोकांशी बोलताना, त्यांच्या अडचणी ऐकताना आणि त्यांच्या निर्णयांचे परिणाम पाहताना मला सतत जाणवत राहिलं, की

लोक पैशासाठी मेहनत करतात, पण पैशाशी समजूतदारपणे वागण्याचं मार्गदर्शन त्यांना वेळेवर मिळालेलं नसतं.

कधी एखादा माणूस म्हणतो,

"सगळं करूनही हातात काहीच राहत नाही."

कधी कुणाच्या मनात प्रश्न असतो,

"आपण काहीतरी चुकतोय का?"

तर कधी कोणाला पैशाविषयी बोलणंच अवघड वाटतं, भीती, संकोच किंवा अपराधी भावनेमुळे.

या सगळ्या संवादांतून, अनुभवांतून आणि निरीक्षणांतून एक गोष्ट स्पष्ट झाली,

पैशाविषयी प्रश्न खूप आहेत, पण त्यांची उत्तरे साध्या, आपल्या भाषेत, आपल्या वास्तवाशी जोडलेली फार कमी वेळा मिळतात.

हे पुस्तक लिहिताना माझा उद्देश कोणालाही मोठा अर्थतज्ज्ञ बनवणे वगैरे असा नाहीये. तर...

आपल्या घरात, व्यवसायात रोज उपयोगी पडतील असे पैशाच्या बाबतीतले विचार आणि अनुभवातून मिळालेलं शहाणपण वाचकांपर्यंत पोहोचवावं; असा आहे. या पुस्तकातील प्रत्येक प्रकरण लिहिताना मी स्वतःला सतत एक प्रश्न विचारत होतो,

"समोर बसलेल्या माणसाला मी हे सर्व समजावून सांगताना, कसं सांगितलं असतं?"

याच प्रश्नातून या पुस्तकाची भाषा, त्यातली उदाहरणं आणि मांडणी आकाराला आली आहे.

या पुस्तकात, मी वाचकांना परिपूर्ण ज्ञान दिल्याचा दावा करत नाहीये. ते तसं देताही येत नाही.

कारण प्रत्येकाचं आयुष्य, उत्पन्न, जबाबदाऱ्या, महत्त्वाकांक्षा आणि स्वप्नं वेगळी असतात.

पण जर या पुस्तकामुळे वाचकांना,

- स्वतःच्या पैशाकडे अधिक स्पष्ट नजरेने पाहता आलं,
- खर्च, बचत किंवा गुंतवणुकीबाबत स्वतःशी प्रामाणिक संवाद साधता आला,
- आणि 'मीही शहाणपणाने आर्थिक निर्णय घेऊ शकतो,' हा आत्मविश्वास मिळाला,

तर या लेखनाचा हेतू पूर्ण होईल.

'पैसा झाला मोठा' हे पुस्तक म्हणजे नियमांची यादी नाही.

तर ते आहेत पस्तीस वर्षांच्या अनुभवांतून काढलेले निष्कर्ष. आणि तुमची पैशाकडे पाहण्याची दृष्टी बदलण्याचा एक प्रामाणिक सल्ला. हे पुस्तक वाचताना तुम्हाला तुमच्याच आयुष्यातले प्रसंग आठवले, काही ठिकाणी तुम्ही थांबून विचार केलात आणि काही ठिकाणी 'आपणही हेच करावं,' असं तुम्हाला वाटलं, तर हे पुस्तक तुमच्यापर्यंत पोहोचलं, असंच मी मानेन. तुमच्या आर्थिक प्रवासात हे पुस्तक एक छोटं पण विश्वासार्ह सोबतीचं पाऊल ठरो, हीच मनापासून इच्छा.

– स्वानंद समुद्र

प्रस्तावना

'पैसा झाला मोठा : श्रीमंतीकडे नेणारा व्यवहार्य मार्ग' हे पुस्तक म्हणजे आर्थिक साक्षरतेच्या दिशेने टाकलेलं एक ठोस आणि आवश्यक पाऊल आहे. आजच्या काळात पैसा कमावणं जितकं महत्त्वाचं आहे, तितकंच तो योग्य पद्धतीने हाताळणं, वाढवणं आणि जपणंही गरजेचं आहे. या पुस्तकाचं सर्वांत मोठं वैशिष्ट्य म्हणजे ते केवळ गुंतवणुकीबद्दल बोलत नाही. तर पैशाबद्दलची मानसिकता बदलायला मदत करतं.

या पुस्तकाचे लेखक स्वानंद समुद्र हे जवळपास चार दशकांचा गुंतवणूक सल्लागार म्हणून अनुभव असलेले, हजारो गुंतवणूकदारांना मार्गदर्शन केलेले आणि आर्थिक साक्षरतेसाठी सातत्याने कार्यरत असलेले अभ्यासू व्यक्तिमत्त्व आहेत. त्यांच्या अनुभवातून आलेली स्पष्टता आणि प्रामाणिक दृष्टिकोन या पुस्तकाला विशेष विश्वासार्ह बनवतो.

पुस्तकाची मांडणी अत्यंत सोपी, टप्प्याटप्प्याने आणि भारतीय वाचकाला सहज समजेल अशी आहे. आर्थिक साक्षरतेपासून सुरुवात करून गुंतवणूक, बचत, कर्ज, विमा, निवृत्ती नियोजन, कौटुंबिक जबाबदाऱ्या आणि सामाजिक भान या सगळ्या विषयांचा सखोल पण व्यवहार्य आढावा यात घेतला आहे. 'श्रीमंत होणं आणि श्रीमंत दिसणं' यातला फरक लेखकाने अतिशय प्रभावीपणे उलगडला आहे.

आंतरराष्ट्रीय पातळीवरील बदलती भू-राजकीय परिस्थिती व त्यामुळे शेअरबाजारातील गुंतवणुकीवर मिळणाऱ्या परताव्यातील अनिश्चितता, त्याचबरोबर ठेवींवरील घसरते व्याजदर, या सर्व पार्श्वभूमीवर या पुस्तकातील माहितीचा सेवानिवृत्त कर्मचारी, तरुण आणि व्यावसायिकांना नक्कीच उपयोग होईल.

या पुस्तकातून वाचकाला झटपट श्रीमंतीची स्वप्नं दाखवली जात नाहीत, तर संयम, शिस्त, सातत्य आणि योग्य निर्णय यांचं महत्त्व ठासून सांगितलं जातं.

त्यामुळे हे पुस्तक तरुणांसाठी मार्गदर्शक ठरतं, तर मध्यमवयीन आणि निवृत्तीच्या उंबरठ्यावर असलेल्या वाचकांसाठी आत्मविश्वास देणारे ठरते.

एकूणच पाहता, 'पैसा झाला मोठा' हे पुस्तक वाचकाला पेशाकडे पाहण्याची नवी दृष्टी देते. आर्थिक शिस्त, संयम आणि योग्य नियोजन यांचा अवलंब केल्यास श्रीमंती ही अशक्य गोष्ट नाही, तर साध्य करता येणारा प्रवास आहे. हे पुस्तक ठामपणे पटवून देते. आपल्या आर्थिक भविष्यास जबाबदारीने आकार देऊ इच्छिणाऱ्या प्रत्येक व्यक्तीसाठी हे पुस्तक एक उपयुक्त, मार्गदर्शक आणि प्रेरणादायी संदर्भग्रंथ ठरेल.

- प्रा. डॉ. पराग काळकर

प्र-कुलगुरू, सावित्रीबाई फुले पुणे विद्यापीठ

अनुक्रमणिका

भाग ३ : वेळ, निर्णय आणि आर्थिक शिस्त

भाग ४ : कर्ज, कार्ड आणि आर्थिक सापळे

भाग ५ : गुंतवणूक, गणित आणि संपत्ती वाढीचे रहस्य

भाग ६ : गुंतवणूक, सुरक्षा आणि मानसिक शांतता

भाग ७ : नाती, आरोग्य आणि कुटुंबीय आर्थिक नियोजन

भाग ८ : जीवनाचे टप्पे आणि भविष्य नियोजन

भाग ९ : उत्पन्न, महागाई आणि आर्थिक सुरक्षा

भाग १० : गुंतवणूक पर्याय, म्युच्युअल फंड्स आणि शेअर बाजार

भाग ११ : उत्पन्न, महागाई आणि आर्थिक सुरक्षा

भाग १

आर्थिक साक्षरतेची ओळख आणि भारताचा दृष्टिकोन

प्रकरण १

आर्थिक साक्षरता म्हणजे नेमके काय?

"पगार बऱ्यापैकी आहे... तरीही पैसे कधीच हातात राहत नाहीत."
"महिनाअखेरीला अचानक पैसे उसने घ्यावे लागतात."
"बचत करत असूनही भविष्याची भीती वाटते."
अशी वाक्यं तुम्हालाही ओळखीची वाटतात का?

माझ्याकडे गेली वीस वर्षं वेगवेगळ्या वयोगटांतील, आर्थिक-सामाजिक-स्तरांतील लोक येत आहेत. नोकरदार, छोटे व्यापारी, उद्योजक, गृहिणी, आणि निवृत्त व्यक्ती. त्यांचे वय, उत्पन्न आणि शिक्षण यांत फरक असतो पण एक गोष्ट मात्र समान असते, पैशांबद्दल गोंधळ. हा गोंधळ कमी उत्पन्नामुळे नसतो. तो असतो आर्थिक साक्षरतेच्या अभावामुळे.

आर्थिक साक्षरता म्हणजे नेमकं काय? किंवा खरं तर नेमकं काय नाही?
सुरुवातीलाच एक गोष्ट स्पष्ट करतो. आर्थिक साक्षरता म्हणजे,

- शेअरबाजाराचा तज्ज्ञ असणं नव्हे.
- मोठमोठे आर्थिक शब्द पाठ असणं नव्हे.
- लाखो कोटींची गुंतवणूक करणं नव्हे.
- सीए किंवा एमबीए असणंही नव्हे.

आर्थिक साक्षरता म्हणजे काय?

कमावलेल्या पैशांचा योग्य वापर कसा करायचा, तो कसा सांभाळायचा, कसा वाढवायचा आणि कसा सुरक्षित ठेवायचा याचे योग्य ज्ञान म्हणजे आर्थिक साक्षरता.

इतकं साधं!

आर्थिक साक्षर व्यक्तीला खालील प्रश्नांची उत्तरं माहिती असतात :

- माझं उत्पन्न किती आहे आणि खर्च किती आहे?
- माझी बचत योग्य ठिकाणी होत आहे का?
- अचानक अडचण आली तर मी किती काळ तग धरू शकतो?
- माझ्या कुटुंबाचं आर्थिक भविष्य सुरक्षित आहे का?
- मी घेतलेले निर्णय भावनिक आहेत की विचारपूर्वक?

पैसा असतो पण नियंत्रण नसतं!

खूप लोक म्हणतात, "आम्ही पैसे कमावतो पण तो टिकत नाहीत." इथे मुद्दा 'कमावणं' हा नाहीये, पैशावर नियंत्रण असणे, हा आहे. समजा, एक बादलीच्या तळाला भोकं आहेत. त्या बादलीमध्ये कितीही पाणी ओतत राहिलं, तरी ती बादली भरणार नाही. अनेक कुटुंबांची आर्थिक स्थिती अशीच असते. पैसा येतो...

- पण कसा खर्च होतो, ते समजत नाही.
- नियोजनाशिवाय गुंतवणूक केली जाते.
- गरजेपेक्षा जास्त कर्ज घेतलं जातं.
- आणि सगळ्यात शेवटी भीती उरते.

या चुका बंद करण्याची प्रक्रिया म्हणजे आर्थिक साक्षरता !

शिक्षण असूनही आर्थिक अडाणीपणा

आपण शाळेत, कॉलेजमध्ये गणित, विज्ञान, इतिहास, भूगोल असे काही विषय शिकलो.

- पण पगार मिळाल्यावर काय करायचं?
- कर्ज कधी घ्यायचं आणि कधी नाही?
- विमा का हवा?

- बचत आणि गुंतवणूक यात फरक काय?

  हे आपल्याला कोणी शिकवलं का?

  याच कारणामुळे उच्चशिक्षण घेतलेला माणूसही आर्थिक निर्णयांत चुकतो. आर्थिक साक्षरता हा पुस्तकातील नाही, तर प्रत्यक्ष आयुष्यातील विषय आहे.

पैशाबद्दल शिकायला उशीर झाला आहे का?

अनेक लोक म्हणतात,

"आता वय झालं."

"आता काय उपयोग?"

"आधीच चुकलंय."

हे सगळे भ्रम आहेत. मी २५ वर्षांच्या तरुणालाही पाहिलं आहे जो कर्जात आहे आणि ५५ वर्षांच्या व्यक्तीलाही पाहिलं आहे, जिने आर्थिक शिस्त लावून आयुष्य बदललं आहे. आर्थिक साक्षरतेला वय नसतं. फक्त जाणीव लागते!

आर्थिक साक्षरतेचे चार खांब

आर्थिक साक्षरतेचे चार मजबूत खांब असतात.

१. *आपलं उत्पन्न समजून घेणं*

   तुमचं खरं उत्पन्न किती आहे? पगार, व्यवसाय आणि साइड इनकम, हे सगळं स्पष्ट असणं.

२. *खर्चावर नियंत्रण*

   खर्च थांबवणं नव्हे, तर खर्च 'समजून' करणं.

३. *बचत आणि गुंतवणूक*

   फक्त पैसे बाजूला ठेवणं नाही, तर योग्य ठिकाणी वाढीसाठी लावणं.

४. *संरक्षण आणि भविष्य*

   विमा, आपत्कालीन निधी, निवृत्ती नियोजन.

हे चार खांब संतुलित असतील तरच आर्थिक स्थैर्य येतं.

आपण करतो त्या सामान्य चुका

आर्थिक साक्षरतेअभावी लोक या ठरावीक चुका करतात.

- महिनाअखेरीला जे उरेल त्याला बचत म्हणतात.

- एखादी गोष्ट सगळे घेताना दिसतात म्हणून घेतात.
- मित्राने सांगितलं म्हणून गुंतवणूक करतात.
- विम्याला खर्च समजतात.
- 'आज जगा, उद्याचं उद्या बघू' असा दृष्टिकोन बाळगतात.

या सर्व चुकांमुळे हळूहळू आर्थिक ताण वाढतो.

आर्थिक साक्षरतेचा खरा फायदा

जेव्हा एखादी व्यक्ती आर्थिकदृष्ट्या साक्षर होते,

- तेव्हा तिची पैशाबद्दल भीती कमी होते.
- ती शांतपणे निर्णय घेते.
- तिच्या कुटुंबात वाद कमी होतात.
- तिचा आत्मविश्वास वाढतो.

आणि सगळ्यात महत्त्वाचं, पैसा तिच्या आयुष्यावर स्वार होत नाही.

आर्थिक साक्षरता म्हणजे श्रीमंतीचा पहिला टप्पा

श्रीमंती म्हणजे फक्त बँक बॅलन्स नाही. ती आहे,

- शांत झोप
- आपत्कालीन तयारी
- कुटुंबाची सुरक्षितता
- आणि आत्मविश्वास

या सगळ्याची सुरुवात होते, आर्थिक साक्षरतेपासून. हे पुस्तक वाचताना उद्देश एकच ठेवा, पैसा मोठा करायचा आहे, पण आपण लहान न होता.

केल्याने होत आहे, आधी केलेची पाहिजे! आजपासून हे कराच!

१. तुमचं सध्याचं मासिक उत्पन्न आणि खर्च लिहून काढा.

२. गेल्या तीन महिन्यांचा खर्च बघा. त्यातील दिखाऊ आणि अनावश्यक खर्च लिहून काढा.

प्रकरण २

आर्थिक साक्षरतेची गरज

"एखादी व्यक्ती हुशार आहे, मेहनती आहे... मग ती श्रीमंत का होत नाही?"

हा प्रश्न मी अनेकदा ऐकला आहे. चहाच्या टपरीवर, कौटुंबिक गप्पांमध्ये, अगदी पंचतारांकित हॉटेल्समधल्या उच्चशिक्षित लोकांच्या चर्चेतही. हा प्रश्न विचारताना बऱ्याचदा स्वरात एक प्रकारची खंत असते, थोडी नाराजी असते आणि कधी कधी स्वतःलाच कमी लेखण्याची सवयही असते. पण या प्रश्नाचं उत्तर शोधायचं असेल, तर भावनेपेक्षा प्रामाणिक आत्मपरीक्षण गरजेचं आहे.

कष्टाची कमी नाही, पण दिशा चुकते

मध्यमवर्गीय समाजात कष्टाची कमी कधीच नव्हती. शिक्षक, डॉक्टर, इंजिनिअर, सरकारी कर्मचारी, लहान व्यापारी असा कोणीही असो! किंवा महानगर, शहर, गाव, खेडे, असा कोणताही भाग असो! सगळीकडे मध्यमवर्गीय माणूस प्रामाणिकपणे काम करताना दिसतो. मग प्रश्न असा पडतो, इतकं काम करूनही त्याला आर्थिक स्थैर्य का मिळत नाही? याचं एक महत्त्वाचं कारण आहे, आपण मध्यमवर्गीय

माणसं पैसा कमावण्यावर भर देतो, पैसा सांभाळण्यावर नाही. कमावणं हे कौशल्य आहे. पण सांभाळणं, वाढवणं आणि पुढच्या पिढीसाठी ठेवणं ही कला आहे. आणि ही कला शिकवली जात नाही, ती शिकावी लागते.

एक मोठा भ्रम : नोकरी म्हणजे सुरक्षितता!

आपल्या समाजात एक खोलवर रुजलेली धारणा आहे,

"चांगली नोकरी मिळाली की आयुष्य सेट."

नोकरी वाईट आहे, असं नाही पण नोकरी म्हणजे आर्थिक सुरक्षिततेची हमी नव्हे! पगार येतो, खर्च वाढतो. ईएमआय सुरू होतात, जबाबदाऱ्या वाढतात. पण दुर्दैवाने जर नोकरी गेली, दीर्घ आजारपण आलं किंवा उत्पन्न थांबलं की कळतं, आयुष्य 'सेट' झालं होतं की नाही! आर्थिक साक्षरता आपल्याला हे शिकवते की नोकरी ही उत्पन्नाचा एक स्त्रोत आहे, आयुष्याची हमी नाही.

एक चुकीची संस्कृती : पैशावर बोलायचं नाही!

मध्यमवर्गीय घरांमध्ये एक वाक्य हमखास ऐकू येतं, "पैशांवर चर्चा करू नये."

पैशावर बोलणं वाईट असतं? पैशाचं नियोजन करणारा स्वार्थी असतो?

याच मानसिकतेमुळे,

- मुलांना पैशाची किंमत कळत नाही.
- खर्च कसा वाढतो हे कोणाच्याच लक्षात येत नाही.
- आर्थिक निर्णय अगदी शेवटच्या क्षणी, घाईघाईत घेतले जातात.

ज्या घरात पैशांवर मोकळेपणाने, प्रामाणिक चर्चा होते, त्या घरात आर्थिक चुका कमी होतात. आर्थिक साक्षरता म्हणजे पैशावरून भांडण नव्हे, तर पैशावर संवाद.

आज जगा की उद्यासाठी साठवा?

आपण अनेकदा टोकाला जातो. कधी म्हणतो, "आज जगायला हवं, उद्याचं कोणी पाहिलं आहे!" तर कधी म्हणतो, "खर्च करू नकोस, सगळं साठव!" या दोन्ही टोकांमध्ये समतोल साधणं, हे आर्थिक साक्षरतेचं लक्षण आहे.

आपल्या मराठी समाजात,

- सण-समारंभात खर्चाचा अतिरेक करणे.
- भपक्याला प्रतिष्ठा समजणे, त्यासाठी कर्ज काढणे.
- आणि नंतर वर्षानुवर्षं फेडत बसणे.

हे चित्र खूप ठिकाणी बघायला मिळते. आनंद साजरा करणं चुकीचं नसतं पण आनंदासाठी भविष्य गहाण ठेवणं, धोकादायक असतं.

मोठा गैरसमज : गुंतवणूक म्हणजे 'जोखीम'

"शेअरबाजार म्हणजे जुगार."

"म्युच्युअल फंड म्हणजे फसवणूक."

ही वाक्यं मराठी समाजात खूप ऐकू येतात पण बँकेत पैसे ठेवून महागाईमुळे त्याची किंमत कमी होणं, ही मात्र त्यांना जोखीम वाटत नाही. आर्थिक साक्षरतेचा अभाव असल्यामुळे जोखीम कुठे आहे, हेच त्यांना समजत नाही. योग्य माहिती, योग्य मार्गदर्शन आणि शिस्त असेल, तर गुंतवणूक ही जोखीम नसून संधी ठरते.

मोठा न्यूनगंड : आपण श्रीमंत होण्यासाठी जन्मलेलो नाही.

हा सगळ्यात मोठा मानसिक अडथळा आहे.

"श्रीमंती आपल्यासाठी नाही... आपण साधं जगावं."

"पैसा आला की माणूस बदलतो."

या विचारसरणीमुळे आपणच स्वतःवर मर्यादा घालतो. श्रीमंत होणं म्हणजे गर्विष्ठ होणं किंवा माणुसकी विसरणं नव्हे. श्रीमंती म्हणजे स्वतःच्या आणि कुटुंबाच्या सर्व गरजा मन न मारता पूर्ण करता येणं आणि ही श्रीमंती शहाणपणामुळे येते, नशिबामुळे नाही.

पुढच्या पिढीला आपण काय देतो?

आपण मुलांना हे सांगतो -

- अभ्यास कर
- चांगली नोकरी मिळव
- नीट वाग

पण हे शिकवतो का?

- पैसे कसे हाताळायचे?
- खर्च कसे करायचे?
- बचत आणि गुंतवणूक का गरजेची आहे?

आर्थिक साक्षरता नसेल तर पुढची पिढीही त्याच दुष्टचक्रात पुन्हा अडकते. म्हणून आर्थिक साक्षरता ही वैयक्तिक गरज नाही, ती सामाजिक गरज आहे.

आर्थिक साक्षरता म्हणजे समाज सक्षम होणं

जेव्हा मराठी समाज आर्थिकदृष्ट्या साक्षर होईल, तेव्हा उद्योग आणि गुंतवणूक वाढेल, तो स्वाभिमानी बनेल. सर्वांत महत्त्वाचं, आपण इतरांच्या तुलनेत स्वतःला कमी लेखणार नाही. मराठी समाजात बुद्धी आहे, प्रामाणिकपणा आहे, कष्ट आहेत, संस्कार आहेत. आता गरज आहे ती फक्त आर्थिक साक्षरतेची.

केल्याने होत आहे, आधी केलेची पाहिजे! आजपासून हे कराच!

१. घरामध्ये पैशांवर मोकळेपणाने सुसंवाद सुरू करा.

२. बाजारात उपलब्ध असलेल्या गुंतवणुकींच्या संधीबाबत चर्चा करा.

प्रकरण ३

पैसा : मित्र की शत्रू?

"पैसा माणसाला बदलतो."

"पैसा हे सर्व वाईट गोष्टींचे मूळ आहे."

"पैसा आला की माणुसकी जाते."

ही वाक्यं आपण लहानपणापासून ऐकत आलो आहोत. कधी घरात, कधी बाहेर.

पण पैसा खरंच वाईट असतो का? की आपली पैशाकडे पाहण्याची दृष्टी चुकीची असते?

या भागात आपण पैशाला दोष देण्याआधी स्वतःकडे प्रामाणिकपणे पाहू या. पैसा स्वतः वाईट नसतो. पैसा हा फक्त एक साधन आहे. तो स्वतः काहीही नसतो, ना चांगला, ना वाईट. सुरीचे उदाहरण घ्या. तिने भाजी कापता येते आणि एखाद्याला इजादेखील करता येते. मग दोष सुरीचा आहे का? नाही. ती वापरणाऱ्याचा आहे. तसंच, पैसा चांगल्यासाठी वापरला, तर तो मित्र ठरतो आणि वाइटासाठी वापरला, तर तो शत्रू बनतो. खूप लोक पैशाला शत्रू मानतात. याची दोन कारणे आहेत.

- कर्जामुळे ताण
- नातेवाइकांमध्ये वाद
- मित्रांमध्ये वितुष्ट
- फसवणूक

- अपयशी गुंतवणूक

२. **समाजाकडून मिळालेले संस्कार**

"जास्त पैसा म्हणजे लोभ."

"साधं जगावं."

"पैसा आला की माणूस बिघडतो."

ही वाक्यं ऐकून आपण नकळत पैशापासून अंतर ठेवायला लागतो आणि मग त्यामुळे पैसा आला तरी टिकत नाही. या सगळ्यामुळे माणूस म्हणतो, "पैसा नकोच." पण खरं कारण पैसा नसतो, तर पैशाबाबत अज्ञान आणि चुकीचे निर्णय असतात.

पैसा मित्र कधी बनतो?

१. जेव्हा तो तुमच्यावर राज्य करत नसतो.

तुमचा खर्च तुमच्या नियंत्रणात असेल, ईएमआय तुमच्या उरावर बसलेले नसतील, तर पैसा तुमचा मित्र आहे. पण जर, पुढचा महिना कसा चालेल याची भीती असली, अनपेक्षित खर्चाची दहशत असली आणि तुमच्या अंगावर कर्जाचा डोंगर असला, तर पैसा शत्रू वाटतो.

२. जेव्हा तो तुम्हाला सुरक्षितता देतो.

तुमच्याकडे आपत्कालीन निधी असेल, योग्य विमा असेल, कुटुंबासाठी काही आर्थिक व्यवस्था असेल, अशा वेळी पैसा भीती नाही, तर आधार देतो. अशा वेळी तो तुमचा मित्र असतो!

पैसा शत्रू कधी बनतो?

१. जेव्हा आपण त्याच्यामार्फत आनंद विकत घेतो.

"हे घेतलं की मी खूश होतो."

"हे घेतलं की मला समाधान मिळतं."

ही वाक्य आपण कायम ऐकतो पण खरेदीने मिळणारा आनंद तात्पुरता असतो. ईएमआय मात्र कायमचे येतात. पैशाने सोयी मिळतात, आनंद नाही! हे समजत नसलं की पैसा शत्रू बनतो.

२. जेव्हा आपल्याला पैशाबद्दल बोलायची भीती वाटते.
जेव्हा घरात पैशांवर चर्चा होत नाही आणि पैशामुळे विचित्र ताण असतो, अशावेळी पैसा संवादाचं नाही तर वादाचं कारण बनतो.

पैसा आणि नाती

हा अतिशय नाजूक विषय आहे. पैशामुळे नाती तुटतात असं आपण म्हणतो. पण खरं सांगायचं तर, नाती तुटायला कारणीभूत ठरतं ते म्हणजे पैशावर न बोलणं.

- जेव्हा खर्चाबद्दल पारदर्शकता नसते.
- अपेक्षा स्पष्ट नसतात.
- कर्ज लपवून घेतलेलं असतं.

त्या वेळी नात्यांमध्ये तणाव येतो. पण पैशाबद्दल स्पष्ट बोलणे झाले असेल, व्यवहार पारदर्शक असतील, तर नात्यांमध्ये स्थैर्य येतं.

पैसा आणि मूल्यं

पैसा मिळाल्यावर माणूस बदलतो असं आपण म्हणतो. पण पैसा माणसाला बदलत नाही, तो माणूस खरा कसा आहे ते दाखवतो. पैसा आल्यावर माणसातली,

- हाव दिसते.
- दानशूरपणा दिसतो.
- सुरक्षितता दिसते.
- अहंकारही उघड होतो.

म्हणजे खरं तर पैसा हा आरसा आहे.

पैसा आणि भीती

पैशाशी जोडलेली सगळ्यात मोठी भावना म्हणजे भीती.

- पैसा संपेल याची भीती,
- कमी पडेल याची भीती,
- आर्थिक स्थितीची तुलना होण्याची भीती,

आर्थिक साक्षरता ही भीती हळूहळू कमी करते. कारण आर्थिक साक्षरतेमुळे तुमच्याकडे संपूर्ण माहिती आणि आत्मविश्वास आलेला असतो आणि त्यामुळे अनिश्चितता आपोआप संपून जाते.

तुम्ही पैशासाठी काम करता पण तुमचा पैसा तुमच्यासाठी काम करतो का?

जर पैसा,

- बचतीतून गुंतवणुकीकडे जात असेल,
- दीर्घकाळासाठी वाढत असेल,
- भविष्याची काळजी घेत असेल,

तर तो मित्र आहे. नाहीतर, तो फक्त चार दिवस घरी आलेल्या अशा पाहुण्यासारखा आहे, की जो खूपदा बोलवल्यानंतर येतो आणि चार दिवसांत निघून जातो! पैशाला मित्र बनवायचं असेल, तर त्याच्याशी नातं बदलावं लागतं.

- भीतीऐवजी ज्ञान,
- अज्ञानाऐवजी शिकण्याची तयारी,
- भपक्याऐवजी शिस्त,
- भावनेऐवजी विचार,

हे सगळं आलं की पैसा शत्रू राहत नाही.

पैसा मित्र की शत्रू?

पैसा आला तर मित्र असतो, गेला तर शत्रू असतो! म्हणजेच हा आपल्या दृष्टिकोनाचा प्रश्न आहे.

केल्याने होत आहे, आधी केलेची पाहिजे! आजपासून हे कराच!

१. पैशाबद्दल तुमची खरी भावना काय आहे ते लिहा.

२. पैशाला दोष देणे थांबवा, आपले सर्व आर्थिक निर्णय तपासा.

प्रकरण ४

श्रीमंत होणं अवघड आहे का?
(श्रीमंतीसाठीची मानसिकता)

"श्रीमंत लोकांचं नशीबच वेगळं असतं."

"आपल्यासाठी श्रीमंती नाही."

"आपण साधंसुधं जगण्यासाठी जन्मलो आहोत."

अशी वाक्यं आपण अनेक वेळा ऐकतो आणि कधी कधी स्वतःलाही ऐकवतो. पण श्रीमंत होणं अवघड आहे का, हा खरा प्रश्न नाही. खरा प्रश्न आहे, आपण श्रीमंतीसाठी मानसिकदृष्ट्या तयार आहोत का? कारण माझ्या अनुभवानुसार, श्रीमंतीची सुरुवात बँक खात्यात होत नाही. तर ती डोक्यात होते.

श्रीमंती म्हणजे नेमकं काय?

सगळ्यात आधी एक गोंधळ दूर करू या.

श्रीमंती म्हणजे,

- महागडी कार?
- मोठा बंगला?
- दिखाऊ जीवनशैली?

ही तर फक्त बाह्यचिन्हं आहेत.

खरी श्रीमंती म्हणजे,

- पैशाबद्दल भीती नसणं.
- गरजेच्या वेळी निर्णय घेण्याचं स्वातंत्र्य असणं.
- कुटुंब सुरक्षित असणं.
- आणि मन शांत असणं.

तुमच्याकडे भरपूर पैसा आहे पण तुमचं मन जर अस्वस्थ असेल, तर त्या श्रीमंतीचा काहीही उपयोग नाही. 'श्रीमंत होणं अवघड आहे,' असा भ्रम खूप लोकांना असतो. ते आधीच ठरवून टाकतात, 'आपण श्रीमंत होऊ शकत नाही.' हा विचार कुठून येतो?

- घरातून
- समाजातून
- अपयशी उदाहरणांमधून

विचार करा. जर श्रीमंती फक्त काही निवडक लोकांसाठी असती, तर लाखो सामान्य लोक श्रीमंत कसे झाले असते? खरं तर श्रीमंत होणं अवघड नसतं पण श्रीमंत होण्याचा विचार करणंच बऱ्याच लोकांना अवघड वाटतं.

श्रीमंतीसाठी लागणारी पहिली गोष्ट : दीर्घकालीन विचार

बहुतेक लोक फक्त आजचा विचार करतात.

- आजचा खर्च
- आजची सोय
- आजचा आनंद

श्रीमंतीचा विचार करणारे लोक दूरगामी विचार करतात,

- ५ वर्षांनी काय?
- १० वर्षांनी काय?
- माझ्या निर्णयाचा परिणाम पुढे काय होईल?

असा विचार करण्याची सवय पैसे मिळवण्यापेक्षा महत्त्वाची आहे.

श्रीमंत आणि सामान्य माणसात फरक कुठे असतो?

तो उत्पन्नात नसतो, शिक्षणात नसतो, नशिबात नसतो. फरक असतो, आयुष्यातले निर्णय घेण्याच्या पद्धतीत.

उदाहरणार्थ : दोन लोकांना पगारवाढ मिळाली तर त्यातला एक खर्च वाढवतो, नवीन ईएमआय घेतो आणि दुसरा गुंतवणूक वाढवतो, भविष्यासाठी तयारी करतो. पाच वर्षांनी फरक स्पष्ट दिसतो!

श्रीमंतीसाठीची मानसिकता म्हणजे काय?

श्रीमंतीसाठीची मानसिकता म्हणजे,

१. **'मी शिकू शकतो,' हा विश्वास**

पैशाबद्दल आपल्याला सगळं माहिती असायलाच हवं असं नाही. पण शिकायची तयारी हवी.

२. **संयम**

आज निर्णय घेतला, उद्याच परिणाम मिळाला, असं होत नाही. श्रीमंती सावकाश येते.

३. **शिस्त**

छोट्या सवयी मोठे परिणाम घडवतात. उदाहरणार्थ : दरमहा बचत, नियमित गुंतवणूक.

४. **जबाबदारी स्वीकारणं**

'माझ्या आर्थिक स्थितीला मीच जबाबदार आहे,' हा विचार बदल घडवतो. "मी कधी श्रीमंत होईन?" हा प्रश्न अनेक जण विचारतात. पण जास्त योग्य प्रश्न असा आहे,

"उद्या श्रीमंत होण्यासाठी मी आज काय करायला हवं?"

- मी खर्चाची नोंद ठेवतो आहे का?
- मी नियमित गुंतवणूक करतो आहे का?
- मी कर्ज घेणे टाळतो आहे का?
- माझा निर्णय भावनिक आहे की वैचारिक?

या प्रश्नांची उत्तरं श्रीमंतीची दिशा ठरवतात.

श्रीमंती आणि श्रीमंतीचा आव

- इतरांनी काही घेतलं आहे म्हणून आपणही घेणं,
- प्रतिष्ठेसाठी खर्च करणं,

• सोशल मीडियावर श्रीमंतीचं खोटं प्रदर्शन करणं,

दिसणं आणि असणं यात फरक असतो. दाखवली जाणारी श्रीमंती कर्जावर उभी असते. खरी श्रीमंती न दाखवताही दिसते. श्रीमंतीचा आव म्हणजे एक मोठा सापळा आहे, त्यात माणूस अडकला की सुटणं अवघड असतं.

श्रीमंती माझ्या मूल्यांशी विसंगत आहे का?

अनेक लोकांना वाटतं, पैसा आला की माणूस बदलतो. पण पैसा मूल्यं बदलत नाही, तो ती उघडी पाडतो. श्रीमंती म्हणजे माणुसकी विसरणं नव्हे किंवा समाजापासून तुटणं नव्हे. खरं तर आर्थिक स्थैर्य आलं की माणूस अधिक जबाबदार होतो.

श्रीमंत होणं म्हणजे एक प्रवास.

श्रीमंती ही एक रात्रीत घडणारी गोष्ट नाही. तो एक प्रवास आहे. कधी वेगात, कधी हळूहळू, पण योग्य दिशेने. या प्रवासात चुका होतील, शिकावं लागेल, स्वतःला बदलावं लागेल आणि सगळ्यात महत्त्वाचं, स्वतःवर विश्वास ठेवावा लागेल.

श्रीमंत होणं अवघड आहे का? नाही.

पण श्रीमंतीसाठी स्वतःला बदलणं, हेच खरं आव्हान आहे.

केल्याने होत आहे, आधी केलेची पाहिजे! आजपासून हे कराच!

१. पुढील पाच वर्षांचे तुमचे आर्थिक चित्र लिहा.

२. यामध्ये तुमचे उत्पन्न, बचत, गुंतवणूक, संपत्ती आणि मोठी खरेदी सविस्तर लिहा.

प्रकरण ५

श्रीमंत असणे विरुद्ध श्रीमंत दिसणे

एखादा दिमाखदार लग्नसमारंभ आठवा. भव्य सजावट, आंतरराष्ट्रीय खाद्यपदार्थांचे जेवण, पंचतारांकित हॉल, महागडे कपडे! लोक असूयेने कुजबुजताना ऐकू येतं, "काय श्रीमंती आहे!"

पण काही महिन्यांनी कळतं, त्याच कुटुंबावर, त्या लग्नामुळे कर्जाचा डोंगर उभा आहे. तेव्हा लक्षात येतं, 'ते लोक खरे श्रीमंत नव्हते, ते फक्त श्रीमंत दिसत होते.' या दोन गोष्टींमधला फरक समजला, तर आर्थिक आयुष्याचं चित्र पूर्णपणे बदलू शकतं.

श्रीमंत नसताना श्रीमंत कशासाठी दिसायचं असतं?

क्षणिक समाधानासाठी! अनावश्यक महागड्या गोष्टी वापरून, उधार पैसे आणून, प्रसंगी कर्ज काढून, 'आपल्याकडे प्रचंड पैसा आहे,' असा आभास बरेच लोक निर्माण करतात. त्यामुळे त्यांना तात्पुरतं बरं वाटतं. लोकांच्या मत्सरी, कौतुकाच्या किंवा भांबावलेल्या नजरा बघून यांना समाधान वाटतं. या क्षणिक समाधानासाठी हे सर्व सुरू असतं. पण याचा शेवट चांगला नसतो. आतून पोकळ असलेला हा डोलारा एक दिवस कोसळतोच! ही दाखवली जाणारी श्रीमंती म्हणजे पॅडिंग लावून किंवा स्टेरॉइड्स घेऊन उठावदार केलेलं शरीर, की ज्याचा 'ऐनवेळी' काहीही उपयोग होत नाही आणि नंतर त्या शरीराचं खोकं होतं!

श्रीमंत होणं म्हणजे काय?

श्रीमंत होणं म्हणजे,

- खर्चापेक्षा बचत आणि गुंतवणूक खूप जास्त असणं.
- उत्पन्न वाढवतानाच खर्चाचं नियोजन काटेकोर असणं.
- भविष्यासाठी भक्कम तरतूद असणं.
- आणि पुरेसे पैसे जवळ असणं.

खरी श्रीमंती मुद्दाम दाखवली जात नाही आणि इतरांच्या कौतुकावर ती अजिबात अवलंबून नसते.

ती आतून भक्कम आणि स्थिर असते.

समाजाचा दबाव आणि श्रीमंतीचा आव!

माणसावर कायम एक अदृश्य दबाव असतो, 'लोक काय म्हणतील?'

- लग्न 'साधं' केलं, तर लोक गरीब किंवा कंजूष म्हणतील.
- गाडी 'छोटी' घेतली, तर लोक उपहासाने बघतील.
- घर 'भाड्याचं' असेल, तर लोक कुत्सित हसतील.

अशा दबावांमुळे काही जण अनेकदा स्वतःच्या क्षमतेपेक्षा जास्त खर्च करतात आणि मग श्रीमंत दिसण्यासाठी, जवळ असलेले पैसेही गमावतात.

ईएमआयवर उभी असलेली श्रीमंती

कार, मोबाइल, टीव्ही, फर्निचर हे सगळं, आज ईएमआयवर सहज मिळते; पण एक गोष्ट लक्षात घ्या, **ईएमआय म्हणजे तुमच्या उद्याच्या उत्पन्नावर आजच घातलेला घाला.** जर सगळी जीवनशैली ईएमआयवर उभी असेल, तर उत्पन्न वाढलं तरी आर्थिक स्वातंत्र्य मिळत नाही आणि उत्पन्न थांबलं तर सगळंच कोसळतं. ही दाखवली जाणारी श्रीमंती टिकाऊ नसते.

सोशल मीडिया आणि खोटी तुलना

आज सोशल मीडिया हा सगळ्यात मोठा भ्रम निर्माण करणारा राक्षस आहे. तिथे लोकांची आलिशान घरं, फार्म हाउसेस, जमिनी, परदेश वाऱ्या, महागडी जीवनशैली, इंपोर्टेड कार्स, बाइक्स, उंची कपडे, महागडी कॉस्मेटिक्स, पंचतारांकित हॉटेल्समधील मेजवान्या, रिसॉर्टस, विमानप्रवास यांचे फोटो आणि वर्णनं दिसत राहतात. हे सर्व आपण फक्त पाहतो, या सर्वांमागचं कर्ज, ताण, संघर्ष आपल्याला दिसत नाही... आणि सगळ्यात महत्त्वाचं म्हणजे त्यामागचं खरं-खोटंही आपल्याला कळत नाही. हे बघून आपण स्वतःला कमी लेखतो, हळहळतो, जळतो आणि जास्त खर्च करायला लागतो. कारण आपण तुलना करतो. ही दळभद्री तुलना आपल्याला श्रीमंतीकडे नेत नाही, ती फक्त खर्चाकडे ढकलते.

खऱ्या श्रीमंत लोकांची ओळख

माझ्या अनुभवानुसार खरे श्रीमंत लोक,

- साधं जगतात, विचार करूनच खर्च करतात.
- पैशाचा विचार करताना ते अस्वस्थ होत नाहीत.
- आणि भपकेबाजीपासून दूर असतात.

ते श्रीमंत दिसण्याचा प्रयत्न करत नाहीत, कारण त्यांना ते सिद्ध करायची गरज नसते.

श्रीमंतीचं खोटं प्रदर्शन का केलं जातं?

कारण लोकांकडून लगेच दाद मिळते, लोक भारावले जातात आणि प्रदर्शन करणाऱ्याला त्या क्षणी यशस्वी झाल्यासारखं वाटतं. ते त्याला गरजेचं वाटतं कारण त्याने आयुष्यात आतापर्यंत खरं यश मिळवलेलं नसतं, त्यामुळे अर्थातच खरं कौतुकही त्याला मिळालेलं नसतं. पण हा असा मिळवलेला आनंद तात्पुरता असतो, खोट्या प्रदर्शनाचे तोटे नंतर होतातच!

आपण काय निवडावं? : खरी श्रीमंती की खोटी?

विचार करा!

- आजचे सोंग की उद्याची सुरक्षितता?

- लोकांची प्रशंसा की स्वतःची शांत झोप?
- दिसणारी प्रगती की खरी आर्थिक प्रगती?

ही निवड आपण रोजच करत असतो. खरेदी करताना, निर्णय घेताना, इतरांबरोबर तुलना करताना.

आपली आवड, आपली बुद्धी आणि आपले संस्कार यांवर आपला निर्णय अवलंबून असतो.

श्रीमंती हवी असेल तर...

जर तुम्हाला खऱ्या अर्थाने श्रीमंत व्हायचं असेल, तर

- खर्च करताना स्वतःला विचारा : 'हे खरंच गरजेचं आहे का?'
- ईएमआय घेण्याआधी विचारा : 'यामुळे माझ्या स्वातंत्र्यावर भार येईल का?'
- कोणाशीही तुलना करू नका, स्वतःचा प्रवास स्वीकारा.
- साधेपणाला कमीपणा समजू नका.

साधेपणा हा अनेकदा खऱ्या श्रीमंतीचा पहिला टप्पा असतो. श्रीमंत होणं आणि श्रीमंत दिसणं, या वाटा वेगळ्या आहेत. त्या बरोबर विरुद्ध दिशेच्या आहेत. एक वाट शांततेकडे जाते, दुसरी विरुद्ध दिशेला. निवड तुमची आहे.

केल्याने होत आहे, आधी केलेची पाहिजे! आजपासून हे कराच!

१. किमान एक अनावश्यक ईएमआय बंद करा.
२. भपक्यासाठी करत असलेला एक खर्च बंद करा.
३. इतरांबरोबर तुलना बंद करा.
४. मी श्रीमंत दिसतोय की श्रीमंत होतोय? हा प्रश्न स्वतःला विचारा.

प्रकरण ६

समाजाचे देणे : दानधर्मातून मिळणारी खरी श्रीमंती

एकदा एका यशस्वी उद्योजकाने मला विचारलं,

"मी चांगलं कमावतोय, गुंतवणूकही व्यवस्थित आहे... पण तरी अपूर्ण वाटतं. असं का?" तो प्रश्न पैशाचा नव्हता. तो प्रश्न समाधानाचा होता. खूप लोक आर्थिकदृष्ट्या स्थिर होतात, काही लोक श्रीमंतही होतात, पण मनातून श्रीमंत फारच थोडे लोक होतात. कारण खरी श्रीमंती फक्त घेण्यात नाही, ती देण्यात असते.

'समाजाचे देणे' म्हणजे नेमकं काय?

समाजाचे देणे म्हणजे,

- फक्त मोठ्या रकमेचं दान करणं नव्हे
- फक्त मंदिरात किंवा संस्थेत पैसे देणं नव्हे

समाजाचे देणे म्हणजे, आपण समाजाकडून जे काही मिळवलं आहे, त्यातून थोडं तरी परत देण्याची भावना. आपली शिक्षणाची संधी, आरोग्य, बुद्धी, कमाईची संधी, हे सगळं कुठेतरी समाजामुळेच शक्य झालेलं असतं.

दान म्हणजे नक्की काय आहे? आणि काय नाही?

सुरुवातीला एक गैरसमज दूर करू या. आपल्याकडच्या उरलेल्या वस्तू देणं, जबरदस्तीने देणं, लोकांनी बघावं म्हणून देणं; याला दान म्हणत नाहीत. खरं दान

म्हणजे मनापासून, आनंदाने, कोणतीही अपेक्षा न ठेवता देणं! आणि ते पैशातच असावं, असं नाही.

प्रत्येकाकडे देण्यासाठी काहीतरी असतं.

'माझ्याकडे अजून काही देण्याइतका पैसा नाही.' असं अनेक जण म्हणतात पण देण्यासाठी फक्त पैसा लागतो असं नाही. आपण ज्ञान, मार्गदर्शन, वेळ आणि आधारही देऊ शकतो. देण्याची सुरुवात लहान असू शकते पण त्याचा परिणाम मोठा असतो.

दान आणि श्रीमंती यांचा काय संबंध?

हा प्रश्न अनेकांना पडतो. दानधर्म केल्याने तुम्ही श्रीमंत होता का? थेट नाही.

पण तो केल्यामुळे,

- मन मोकळं होतं.
- हाव कमी होते.
- समाधान वाढतं.
- आणि पैशाकडे पाहण्याची दृष्टी बदलते.

जेव्हा पैसा फक्त साठवण्यासाठी नसून योग्य ठिकाणी वापरण्यासाठी आहे हे समजतं, तेव्हा खरी श्रीमंती सुरू होते.

दानधर्म आणि मानसिकता

श्रीमंत मानसिकतेचा एक महत्त्वाचा गुण म्हणजे, दानधर्माची तयारी.

गरीब मानसिकता म्हणते, 'माझ्याकडे पुरेसं नाही.'

श्रीमंत मानसिकता म्हणते, 'माझ्याकडे जे आहे, त्यातून मी काहीतरी देऊ शकतो.'

मानसिकता बदलली, की आयुष्याकडे पाहण्याची दृष्टी बदलते.

दानधर्म म्हणजे नुकसान नव्हे!

अनेक लोकांना दानधर्म म्हणजे नुकसान वाटतं. 'दिलं तर कमी होईल, आपल्यालाच गरज आहे.' असे विचार त्यांच्या मनात येतात. पण वास्तव वेगळं असतं.

दानधर्मामुळे,

- आर्थिक शिस्त वाढते.
- खर्च अधिक जाणीवपूर्वक होतो.
- आणि पैशाचं मूल्य समजतं.

जो देतो, तो जास्त जबाबदार बनतो.

पुढच्या पिढीला आपण काय शिकवतो?

आपण मुलांना काय दाखवतो? फक्त साठवणूक की गरजूंना मदत?

मुलं आपल्या बोलण्यामुळे नाही, तर आपल्या कृतीमुळे शिकतात. जर त्यांनी पाहिलं की पैसा फक्त स्वतःसाठी नाही, समाजासाठीही आहे, तर ती अधिक संवेदनशील, संतुलित बनतात.

दानधर्म : खरा आणि दाखवण्यासाठी केलेला...

दाखवण्यासाठी दिलेलं दान अपेक्षा ठेवतं, मान, प्रसिद्धी मागतं. मनापासून दिलेलं दान शांतता देतं, समाधान देतं. एका गृहस्थाने गावातील एका सभामंडपात एक पंखा भेट दिला होता. त्याच्या तिन्ही पात्यांवर त्याने स्वतःचे नाव लिहून ठेवले होते. पण पंखा फिरत असताना तो कोणी दिला आहे, ते लोकांना कळायचे नाही. ते नाव सर्वांना कायम वाचता यावे म्हणून त्याने तो पंखा कायम बंदच ठेवायची आज्ञा दिली. खरी श्रीमंती शांत असते, ती जाहिरात करत नाही.

दानधर्माची सवय कधी लावावी?

'मी श्रीमंत झाल्यावर देईन,' हा विचार खूप लोक करतात. पण देण्याची सवय श्रीमंतीनंतर लागत नाही. उलट, देण्याची सवयच तुम्हाला श्रीमंतीकडे नेत असते. तुम्ही नियमितपणे दानधर्म करत जा, रक्कम लहान असली तरी चालेल!

समाजाशी नातं मजबूत केलं तर...

जेव्हा माणूस समाजाशी जोडलेला असतो, तेव्हा त्याचा अहंकार कमी होतो, त्याची कृतज्ञता वाढते आणि त्याचं आयुष्य अधिक अर्थपूर्ण होतं. फक्त स्वतःपुरतं जगणं शेवटी पोकळ वाटतं.

खरी श्रीमंती कशात आहे?

दानधर्म केल्यानंतर आपल्याकडचे काही कमी झाले आहे, असं न वाटण्यात, मदत करूनही गर्व न होण्यात आणि यश मिळवूनही नम्र राहण्यात खरी श्रीमंती आहे. पैसा ही एक शक्ती आहे. ती शक्ती योग्य ठिकाणी वापरली, तर त्यामुळे समाज समृद्ध होतो. पैसा मोठा होणं महत्त्वाचं आहे. पण त्याहून महत्त्वाचं आहे, माणूस मोठा होणं.

केल्याने होत आहे, आधी केलेची पाहिजे! आजपासून हे कराच!

१. दर महिन्याला किमान काही रक्कम संस्था किंवा व्यक्ती यांना निरपेक्ष दान करायला सुरुवात करा. रक्कम कितीही असली तरी चालेल पण ही सुरुवात करणं जास्त गरजेचं आहे.
२. तुमचा वेळ किंवा ज्ञान हेसुद्धा इतरांना निरपेक्ष द्यायला सुरुवात करा.

भाग २

आर्थिक मानसिकता आणि विचारधारा

प्रकरण १

आर्थिक साक्षरतेची पायाभरणी

घर बांधायचं ठरवलं की आपण सगळ्यात आधी काय करतो?

डिझाइन, रंग, सजावट याआधी, पायाभरणी. ही पायाभरणी मजबूत नसेल, तर कितीही सुंदर घर असलं, तरी ते टिकत नाही. आर्थिक आयुष्याचंही तसंच आहे. मोठा पगार, व्यवसाय, गुंतवणूक, मालमत्ता, हे सगळं वरचं बांधकाम आहे. पण ते बघण्याआधी एक प्रश्न विचारणं गरजेचं आहे,

माझ्या आर्थिक आयुष्याची पायाभरणी मजबूत आहे का?

आर्थिक साक्षरतेची पायाभरणी म्हणजे काय?

आर्थिक साक्षरतेची पायाभरणी म्हणजे,

- पैशाबद्दल स्पष्टता,
- निर्णयात शिस्त,
- सवयींमध्ये सातत्य,
- आणि स्वतःच्या आर्थिक वास्तवाची जाणीव,

ही पायाभरणी झाल्याशिवाय, पुढची कुठलीही गुंतवणूक, कुठलाही संकल्प टिकत नाही.

पायाचा पहिला दगड : स्वतःच्या आर्थिक वास्तवाची जाणीव

अनेक लोकांना स्वतःच्या पैशाबद्दलच नीट माहिती नसते.

- माझं एकूण उत्पन्न किती?
- खर्च नेमका कुठे होतो?
- कर्ज किती आहे?
- बचत खरंच आहे की फक्त वाटते आहे?

ही उत्तरं माहिती नसताना, केलेले आर्थिक नियोजन म्हणजे अंदाजाने चाललेली गाडी. आर्थिक साक्षरतेची सुरुवात होते, प्रामाणिकपणापासून.

सगळ्यात मोठी चूक : चालढकल

"बघू पुढे."

"काहीतरी होईल."

"आत्ता त्रास नको."

ही वाक्यं ऐकायला साधी वाटतात, पण हीच वाक्यं आर्थिक आयुष्याची पायाभरणी कमकुवत करतात. चालढकल केल्याने समस्या नाहीशा होत नाहीत, त्या वाढतात. आर्थिक साक्षरता म्हणजे समस्या पाहणं, स्वीकारणं आणि हळूहळू सोडवणं.

पायाचा दुसरा दगड : खर्चाची जाणीव

सर्व प्रकारचा खर्च म्हणजे शत्रू नसतो पण न समजलेला खर्च हा शत्रूच असतो. लोक बऱ्याचदा म्हणतात, "मी जास्त खर्च करत नाही हो, पण पैसे उरतच नाहीत."

लहान लहान खर्चांमुळे मोठा फरक पडतो.

- रोज बाहेरचं खाणं,
- अनावश्यक सबस्क्रिप्शन्स,
- 'स्वस्त आहे' म्हणून घेतलेल्या असंख्य अनावश्यक गोष्टी,

खर्च लिहून काढले की या गोष्टी डोळ्यात रुतायला लागतात.

पायाचा तिसरा दगड : बचतीची जाणीव

बचत ही जाणीवपूर्वक करावी लागते, बरेच लोक खर्च करून उरलेल्या पैशाला बचत असे म्हणतात.

"महिनाअखेरीला उरेल ते साठवू," हे वाक्य जवळजवळ प्रत्येक घरात ऐकू येतं. पण वास्तव असं आहे महिनाअखेरीला काहीच उरत नाही. बचत ही भावनेवर

नाही, तर नियमावर चालते. म्हणून पगार झाला की आधी बचत करावी, खर्च नंतर करावा. ही सवय लहानशी आहे, पण हिच्यामुळे पायाभरणी मजबूत होते.

पायाचा चौथा दगड : कर्जाची जाणीव

कर्ज वाईट नसतं पण अज्ञानामुळे घेतलेलं कर्ज धोकादायक असतं.

- हे कर्ज खरंच गरजेचं आहे का?
- ईएमआय किती आहे?
- तो उत्पन्नाच्या किती टक्के आहे?

या प्रश्नांची उत्तरं टाळली की कर्ज हळूहळू ओझं बनतं. आर्थिक साक्षरतेची पायाभरणी कर्ज नाकारायला नाही, तर कर्ज समजून घ्यायला शिकवते.

पायाचा पाचवा दगड : आपत्कालीन तयारी

आयुष्य अचानक वळण घेतं,

- आजारपण,
- नोकरी जाणं,
- व्यवसायात अडचण,

अशा वेळी फक्त उत्पन्न पुरेसं नसतं, तर पैशांची तयारी लागते. आपत्कालीन निधी म्हणजे भविष्यातील संकटाशी आज केलेली मैत्री. ही तयारी नसेल, तर आर्थिक पाया डळमळीत राहतो.

पायाचा सहावा दगड : विम्याची जाणीव

विमा म्हणजे गुंतवणूक नाही. तो संरक्षण आहे. बरेच लोक विमा घेतात पण विमा कशासाठी घेतला आहे ते त्यांना माहिती नसतं. काय संरक्षित करायचं आहे आणि किती, हे आर्थिक साक्षरतेची पायाभरणी हे स्पष्ट करते.

पायाचा सातवा दगड : दीर्घकालीन विचाराची सवय

आजच्या निर्णयाचा उद्यावर परिणाम होतो.

- आजचा खर्च,
- आजचे ईएमआय

- आज न केलेली गुंतवणूक

हे सगळं भविष्यात दुष्परिणाम दाखवतं. आर्थिक साक्षरता म्हणजे उद्याचं भान ठेवणं!

पायाभरणी एकदाच होत नाही

घराची पायाभरणी एकदाच होते पण आर्थिक पायाभरणी सतत करावी लागते. कारण उत्पन्न, जबाबदाऱ्या आणि आर्थिक परिस्थिती सतत बदलत असते. त्यामुळे आर्थिक शिस्त टिकवली, तरच पाया मजबूत राहतो.

आर्थिक साक्षरतेची खरी कसोटी

तुम्ही किती कमावता, यावरून आर्थिक साक्षरता ठरत नाही, तर

- संकटात तुम्ही किती शांत राहता.
- निर्णय घेताना किती, कसा विचार करता.
- खर्च करताना किती सजग असता.

यावरून ती ठरते. भव्य इमारत उभारायची असेल, तर पाया खोल आणि मजबूत हवा.

तसंच, पैसा मोठा करायचा असेल, तर आर्थिक साक्षरतेची पायाभरणी मजबूत हवी.

केल्याने होत आहे, आधी केलेची पाहिजे! आजपासून हे कराच!

१. पगार झाला की सर्वप्रथम बचत करा.

२. आतापर्यंत साठवलेल्या बचतीमधून गुंतवणूक करा.

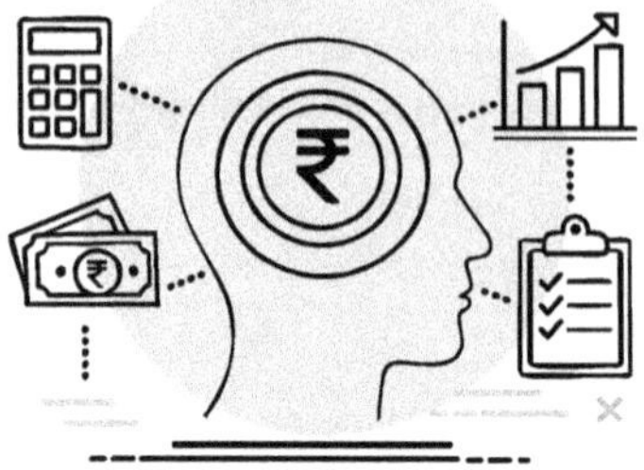

प्रकरण २

संपत्ती निर्मितीची मानसिकता

"मी महिन्याला चांगला पगार कमावतो, तरी काहीच साठत नाही."

"इतकी वर्षं काम केलं, पण हातात काही उरलं नाही."

ही वाक्यं मी खूप वेळा ऐकली आहेत. प्रत्येक वेळी हेच लक्षात येतं, समस्या उत्पन्नाची नसते, ती मानसिकतेची असते. संपत्ती ही केवळ पैशातून तयार होत नाही. ती विचार, सवयी आणि निर्णय यांमधून तयार होते.

संपत्ती आणि उत्पन्न यात फरक

सगळ्यात आधी हा फरक समजून घ्या.

- उत्पन्न म्हणजे जे 'दर महिन्याला येतं.'
- संपत्ती म्हणजे जे 'तुमच्याकडे टिकून राहतं आणि वाढतं.'

उच्च उत्पन्न असलेले अनेक लोक संपत्तीशून्य असू शकतात आणि मध्यम उत्पन्न असलेले काही लोक हळूहळू पण स्थिरपणे संपत्ती तयार करू शकतात. फरक कुठे आहे? **मानसिकतेत.**

संपत्ती निर्मितीची सुरुवात डोक्यात होते. संपत्ती निर्मितीची मानसिकता म्हणजे,

- फक्त आजचा विचार न करता भविष्याचा विचार करणं.
- तात्पुरत्या आनंदापेक्षा दीर्घकालीन फायदा निवडणं.
- प्रत्येक निर्णयाचा आर्थिक परिणाम ओळखणं.

ही मानसिकता अचानक तयार होत नाही. ती सवयींमधून तयार होते.

खर्चाकडे पाहण्याची दृष्टी बदला

सामान्य मानसिकता म्हणते, "पैसा आला की खर्च करा." संपत्ती निर्मितीची मानसिकता म्हणते, "पैसा आला की आधी गुंतवणूक करा." खर्च करणं वाईट नसतं पण खर्चाला प्राधान्य दिलं की संपत्ती निर्माणच होत नाही.

लहान निर्णय, मोठा फरक

संपत्ती निर्माण मोठ्या निर्णयांनीच होते असं नाही.

- दर महिन्याला थोडी बचत,
- नियमित गुंतवणूक,
- अनावश्यक खर्च टाळणं,

हे लहान निर्णय काही वर्षांनंतर मोठं चित्र तयार करतात. संपत्ती म्हणजे अचानक मारलेली मोठी उडी नाहीये, ती **हळूहळू चढलेली शिडी** आहे.

आज जगा विरुद्ध उद्यासाठी सज्ज राहा

या दोन मानसिकता सतत संघर्षात असतात. आज जगणं महत्त्वाचं आहे पण उद्याचा विचार न करता जगणं धोकादायक आहे. संपत्ती निर्मितीची मानसिकता या दोन्हींचा समतोल साधते. आनंद घ्या पण भविष्य गहाण ठेवू नका.

तुलना थांबली की संपत्ती सुरू होते.

इतरांचं पाहून खर्च करणं, संपत्तीचा सगळ्यात मोठा शत्रू आहे.

- शेजाऱ्याची कार,
- मित्राचं घर,
- सोशल मीडियावरचं इतरांचं आयुष्य,

ही तुलना तुम्हाला मार्गापासून दूर नेते. संपत्ती निर्मितीचा प्रवास वेगळा असतो.

संयम : संपत्तीचा गुप्त घटक

आज सगळ्यांना सगळं पटकन हवं आहे. परतावा, यश, शाबासकी, कौतुक, श्रीमंती... सगळं! पण संपत्ती संयमाने तयार होते. जो संयम ठेवतो, तोच कम्पाउंडिंगचा फायदा घेतो. संयम हा कमी लेखला गेलेला पण अत्यंत शक्तिशाली गुण आहे.

जोखीम आणि ज्ञान

संपत्ती निर्मितीची मानसिकता जोखीम टाळत नाही, ती जोखीम **समजून** घेते.

- सगळी गुंतवणूक एकाच ठिकाणी करायची नाही.
- माहितीशिवाय निर्णय घ्यायचे नाहीत.
- अफवांवर विश्वास अजिबात ठेवायचा नाही.

हा मानसिकता नुकसान टाळते आणि वाढीला दिशा देते.

'मी श्रीमंत होऊ शकतो,' हा विचार

खूप लोक आतूनच स्वतःला मर्यादा घालतात.

"आपल्याला हे जमणार नाही."

"हे मोठ्या लोकांचं काम आहे."

संपत्ती निर्मितीची मानसिकता हा विचार मोडते. ती म्हणते, "मी हळूहळू पण नक्की करू शकतो."

संपत्ती आणि शिस्त

फक्त एकदोन वेळा चांगली गुंतवणूक केली म्हणजे संपत्ती निर्मिती होते, असे नाही. संपत्ती निर्मिती करण्यासाठी नियमितपणा, शिस्त आणि सातत्य यांची गरज असते. कधीही न थांबता रोज थोडी थोडी गुंतवणूक केल्यानेच संपत्ती निर्मिती होते.

संपत्ती म्हणजे फक्त पैसा नाही

शेवटी एक गोष्ट लक्षात ठेवा. संपत्तीमुळे तुम्हाला आर्थिक सुरक्षितता, मानसिक शांतता, वेळेचं स्वातंत्र्य आणि निर्णय घेण्याची मुभा मिळते. या संपत्ती निर्मितीचा प्रवास डोक्यातून सुरू होतो. संपत्तीमुळे तुम्हाला मनातल्या गोष्टी पूर्ण करता येतात, त्यातूनच समाधान मिळते. शेवटी पैसा हे साधन आहे, हे साध्य नाही.

केल्याने होत आहे, आधी केलेची पाहिजे! आजपासून हे कराच!

१. उत्पन्न आणि संपत्ती यांतील फरक लिहून काढा.

२. तुमचे उत्पन्न आणि संपत्ती सविस्तर लिहून काढा.

प्रकरण ३
गुंतवणूकदाराची मानसिकता

"मला गुंतवणूक करायची भीती वाटते."

"कुठे पैसे बुडाले तर?"

"आपल्याला त्यातलं एवढं काही कळत नाही."

ही वाक्यं मी तरुण लोकांकडूनही ऐकली आहेत आणि पोक्त लोकांकडूनही. कारण आर्थिक गुंतवणूक ही मानसिक बाब आहे. योग्य मानसिकता नसेल, तर चांगली गुंतवणूकही त्रासदायक वाटते आणि योग्य मानसिकता असेल, तर साधी गुंतवणूकही आत्मविश्वास देते.

गुंतवणूक म्हणजे काय नाही?

सुरुवातीला हे स्पष्ट करू या. गुंतवणूक म्हणजे,

- झटपट पैसा कमावण्याचा मार्ग नव्हे.
- दुसऱ्याचे अनुकरण करून पैसे मिळवण्याचा मार्ग नव्हे.
- नशिबावर आधारित खेळ नव्हे.

गुंतवणूक म्हणजे आजच्या पैशाला उद्याच्या गरजेसाठी शिस्तबद्धपणे कामाला लावणं.

गुंतवणूकदार आणि सट्टेबाज यात फरक

खूप लोकांचा गुंतवणूक आणि सट्टा यामध्ये गोंधळ उडतो.

सट्टेबाज	गुंतवणूकदार
सट्टेबाज आजचा भाव पाहतो	गुंतवणूकदार उद्याचं मूल्य पाहतो
सट्टेबाज अफवांवर चालतो	गुंतवणूकदार माहितीवर निर्णय घेतो
सट्टेबाज पटकन घाबरतो	गुंतवणूकदार संयम ठेवतो
सट्टेबाज अस्थिर असतो	गुंतवणूकदार स्थिर असतो
सट्टेबाज संपत्ती तयार करू शकत नाही	गुंतवणूकदार संपत्ती तयार करू शकतो

ही मानसिकता समजली की अर्धी भीती आपोआप कमी होते.

गुंतवणूकदाराची पहिली ओळख : संयम

गुंतवणुकीत संयम हा सगळ्यात महत्त्वाचा गुण आहे. बाजार वर-खाली होत असतो. हे नैसर्गिक आहे. पण प्रत्येक चढ-उतारावर प्रतिक्रिया देणं, ही गुंतवणूकदाराची मानसिकता नसावी. गुंतवणूकदार त्याच्या ध्येयाचा विचार करतो आणि त्यानुसार निर्णय घेतो.

तोटा म्हणजे अपयश नव्हे.

खूप लोक पहिल्याच तोट्यानंतर गुंतवणूक थांबवतात. पण तोटा म्हणजे,

- शिकण्याची संधी,
- अनुभव,
- पुढील निर्णयासाठी दिशा,

सगळ्यांत मोठे गुंतवणूकदारही कधी ना कधी तोट्यात गेलेले असतात. फरक इतकाच ते थांबत नाहीत.

भावनेऐवजी प्रक्रिया

गुंतवणूकदाराचे लक्ष फक्त गुंतवणूक प्रक्रियेवर असते. भावनांकडे नाही.

- ठरलेली रक्कम,
- ठरलेला कालावधी,
- ठरलेलं ध्येय,

  या चौकटीत निर्णय घेतले, की भीती आणि लोभ दोन्ही नियंत्रणात राहतात.

सगळे पैसे एकाच ठिकाणी ठेवायचे नाहीत. गुंतवणूकदार कधीच सगळे पैसे एकाच ठिकाणी गुंतवत नाही. कारण जोखीम कमी करायची असते, नफा नाही. विविधता (डिवर्सिफिकेशन) ही गुंतवणूकदाराची ढाल आहे.

माहिती आणि अफवा यात फरक

व्हॉट्सअ‍ॅप आणि मित्र हे गुंतवणूकदाराच्या माहितीचे स्रोत नसतात. यशस्वी गुंतवणूकदार तज्ज्ञांकडून स्वतः माहिती व सल्ला घेतो. तो कधीही घाईघाईने निर्णय घेत नाही. यामुळेच नुकसान टळते.

नियमितपणा : गुंतवणुकीची ताकद

एकदाच मोठी रक्कम गुंतवणं आणि नियमितपणे थोडी थोडी गुंतवणूक करणं यात मोठा फरक असतो.

नियमित गुंतवणूक,

- तुम्हाला भावनांपासून दूर ठेवते.
- बाजाराच्या चढउतारांचा तुम्हाला फायदा करून देते.
- तुम्हाला शिस्त लावते.

या सवयीमुळेच गुंतवणूकदार घडतो.

स्वतःशी प्रामाणिकपणा

गुंतवणूकदाराला हे नक्की माहिती असते.

- मला किती जोखीम घ्यायची आहे?
- मला पैसा कधी हवा आहे?

- मी तोटा सहन करू शकतो का?

  ही उत्तरं माहिती नसतील, तर गुंतवणूक त्रासदायक ठरते.

गुंतवणूक आणि शांत झोप

रात्री शांत झोप देईल ती चांगली गुंतवणूक. ज्या गुंतवणुकीमुळे तुमचे लक्ष सतत विचलित होत असते, ती योग्य नसते. गुंतवणूकदाराने कायम शांतच राहायला हवे.

गुंतवणूक हा प्रवास आहे.

गुंतवणूक म्हणजे एकदोन निर्णय नाहीत. चढ-उतारांसह, शिकण्यासह, संयमासह केलेला तो एक दीर्घकालीन प्रवास आहे. जो असा प्रवास करतो, तोच यशस्वी गुंतवणूकदार बनतो. गुंतवणूक यशस्वी होण्यासाठी फक्त पैसा पुरेसा नाही. योग्य मानसिकता हवी.

केल्याने होत आहे, आधी केलेची पाहिजे! आजपासून हे कराच!

१. गुंतवणूक आणि जुगार यातील फरक लिहून काढा.

२. स्वतःची जोखीमक्षमता लिहून काढा.

प्रकरण ४
पिढ्यानपिढ्या टिकलेली श्रीमंती

बिर्ला, मित्तल, जिंदाल, दमाणी, बजाज आणि अदानी!

ही नावे उच्चारली तरी आपण भारावून जातो, त्यांच्या ऐश्वर्याबद्दल आपण फक्त ऐकलेले असते. त्यांच्या एकूण संपत्तीची आपण कल्पनाही करू शकत नाही. "मारवाडी लोकांकडे पैसा टिकतो... ते पिढ्यानपिढ्या श्रीमंत राहतात!" अशी वाक्यं आपण अनेकदा ऐकतो. कधी कौतुकाने, कधी थोड्या असूयेने. पण या वाक्यांमागे एक मोठा गैरसमज असतो की मारवाडी समाजात श्रीमंती नशिबाने येते. खरं सांगायचं तर, ती नशिबाने नाही, तर दृष्टिकोनाने येते. या भागात आपण त्यांच्यापासून काय शिकता येईल हे समजून घेऊ या.

श्रीमंती टिकवणं म्हणजे काय?

श्रीमंत होणं एक टप्पा असतो. पण श्रीमंती टिकवणं, हा खरा कस असतो.

अनेक लोक,

- पैसा कमावतात.
- मालमत्ता घेतात.
- यशस्वी होतात.

पण पुढची पिढी आली की तो सगळा पैसा निघून जातो. मारवाडी दृष्टिकोन इथे वेगळा ठरतो. ते **फक्त पैसा कमवत नाहीत**, ते **पैशावर संस्कार करतात**. त्यांची सात वैशिष्ट्ये आहेत.

१. घरात पैशाबद्दल चर्चा होत असतात.

बहुतेक मराठी घरांमध्ये, 'लहान मुलांनी पैशात लक्ष घालू नये.' असे तत्त्व असते. मारवाडी घरांमध्ये, मुलांना लहानपणापासून दुकानात बसवतात, हिशेब समजावतात, नफा-तोटा काय असतो हे दाखवतात. त्यांच्यापासून पैसा लपवला जात नाही, तो त्यांना समजावला जातो. यामुळे पैसा त्यांच्या भीतीचा विषय राहत नाही, तो समजुतीचा विषय बनतो.

२. खर्चात साधेपणा, व्यवहारात काटेकोरपणा

तुम्ही पाहिलं असेल, खूप श्रीमंत मारवाडी कुटुंबं दिसण्यात अतिशय साधी असतात.

- कपडे साधे,
- गाड्या गरजेपुरत्या,
- जीवनशैली माफक,

पण व्यवहारात,

- हिशेब अचूक
- निर्णय विचारपूर्वक
- खर्चावर कडक नियंत्रण

खर्च हे गरजेपुरतेच केले जातात. कोणालाही दाखवण्यासाठी नाही, अशी शिस्त असेल तरच संपत्ती तयार होते आणि टिकते.

३. कर्जाकडे पाहण्याची दृष्टी

मारवाडी दृष्टिकोनातून, कर्ज म्हणजे सोय नाही, **जबाबदारी** असते.

- गरज असेल तेव्हाच कर्ज,
- परतफेडीची स्पष्ट योजना,
- व्याजाचा पूर्ण हिशेब,

कर्ज घेताना भावनांपेक्षा गणित बघितलं जातं. यामुळे कर्ज ओझं बनत नाही, ते साधन राहतं.

४. वर्षानुवर्षे तगून राहण्याची मानसिकता

आजचं यश दाखवणं त्यांच्यासाठी महत्त्वाचं नसतं. ते विचार करतात,

- या निर्णयाचा पाच वर्षांनी काय परिणाम होईल?
- पुढच्या पिढीला याचा फायदा होईल का?

हा दीर्घकालीन विचार श्रीमंतीची मुळं पक्की करतो.

५. व्यवसाय म्हणजे धर्म

मारवाडी समाजात व्यवसाय हा फक्त उत्पन्नाचा स्त्रोत नसतो. ती कुटुंबाची ओळख आणि पिढ्यानपिढ्यांची जबाबदारी असते. म्हणूनच ते शब्द पाळतात आणि विश्वास जपतात. त्यांच्या नात्यांमध्ये व्यवहार असतो, व्यवहारात नाती नसतात. त्यांचा हा दृष्टिकोन दीर्घकाळ टिकणारी संपत्ती घडवतो.

६. संकटासाठी आधीच तयारी

संकट आल्यानंतर 'काहीतरी होईल' असा विचार ते करत नाहीत. हा विचारच त्यांच्या शब्दकोशात नसतो.

- आपत्कालीन निधी,
- पैशांचा साठा,
- विविध उत्पन्नस्त्रोत,

त्यांनी संकट येण्याआधीच ही तयारी केलेली असते. म्हणून संकट आलं तरी त्यांना भीती नसते.

७. पुढच्या पिढीला तयार करणं

श्रीमंती टिकवायची असेल, तर पुढची पिढी तयार करावी लागते. ते लोक पुढच्या पिढीला जबाबदारीची जाणीव करून देतात, पैशाची किंमत शिकवतात आणि मेहनतीची सवय लावतात. मुलांना फक्त संपत्ती देऊन उपयोग नाही, त्यांना **दृष्टिकोन दिला नाही** तर ती संपत्ती नष्ट होते.

हे सगळं आपण शिकू शकतो का? हो. नक्कीच.

त्यासाठी मारवाडी घराण्यांमध्ये जन्म होण्याची गरज नाही, **मारवाडी दृष्टिकोन** शिकणे महत्त्वाचे.

- पैशावर मोकळेपणाने बोलणं,
- खर्चात साधेपणा,
- आर्थिक निर्णयात शिस्त,
- दीर्घकालीन विचार,

या गोष्टी कुठल्याही घरात रुजवता येतात.

मराठी समाजाने काय घ्यावं?

- **पैशाबद्दलची स्पष्टता :** कसा मिळवावा, साठवावा, गुंतवावा आणि खर्च करावा.
- **व्यवहारातील शिस्त :** कधी, कशी, कोणाबरोबर करावी, तत्त्व कोणती बाळगावीत.
- **पुढच्या पिढीचे आर्थिक शिक्षण :** वरील गोष्टी पुढच्या पिढीला शिकवणे.

काय टाळावं?

- दिखाऊ वृत्ती,
- पैशाबाबत मौन,
- चालढकल करण्याची वृत्ती,

श्रीमंती टिकवणं म्हणजे संस्कृती निर्माण करणं. ती फक्त गुंतवणुकीने नाही तर सवयींनी, संस्कारांनी आणि विचारांनी टिकते. मारवाडी दृष्टिकोन हेच शिकवतो. श्रीमंत होणं महत्त्वाचं आहे पण त्याहून महत्त्वाचं आहे, **श्रीमंती टिकवणं.**

केल्याने होत आहे, आधी केलेची पाहिजे! आजपासून हे कराच!

१. आलेला आणि गेलेला प्रत्येक आणि प्रत्येक पैसा लिहून काढा.

२. तुमच्या मुलांना ठरावीक रक्कम बचत, गुंतवणूक किंवा छोट्या व्यवसायासाठी द्या.
मुले त्या रकमेचा विनियोग कसा करत आहेत, ते बघा.

प्रकरण ५

संयम : टिकाऊ श्रीमंतीचा पाया

"आजच परिणाम हवा."

"लवकर फायदा मिळाला पाहिजे."

"थांबायला वेळ नाही."

ही वाक्यं आपल्या आयुष्याची ओळख बनली आहेत. पैशाच्या बाबतीतही आपण हीच अपेक्षा ठेवतो. पण इथेच गडबड होते. कारण **श्रीमंतीसाठी वेगाची नाही, तर संयमाची गरज असते. संयम म्हणजे थांबणं नव्हे.**

अनेकांना वाटतं, संयम म्हणजे काहीच न करणं, थांबणं. खरं तर संयम म्हणजे,

- घाई न करणं.
- चुकीच्या वेळी चुकीचा निर्णय न घेणं.
- आणि योग्य निर्णयाला योग्य वेळ देणं.

संयम म्हणजे आळशीपणा नाही, संयम म्हणजे सजग प्रतीक्षा.

संयम नसला की काय होतं?

संयम नसेल, तर

- पटकन श्रीमंत होण्याच्या योजना आकर्षक वाटतात.
- थोडा तोटा झाला तरी घाबरून गुंतवणूक काढली जाते.
- बाजार चढला की लोभ वाढतो, पडला की भीती वाटते.

म्हणजे सर्व निर्णय परिस्थितीच घेत असते, आपण नाही. याच ठिकाणी संपत्तीची वाढ थांबते.

श्रीमंती आणि वेळ यांचं नातं

श्रीमंती ही वेळेची मैत्रीण आहे. वेळ दिली तर ती वाढते, घाई केली तर तुटते. सातत्याने केलेल्या गुंतवणुकीतूनच मोठी संपत्ती तयार होते.

संयमाची खरी परीक्षा कधी होते?

संयमाची परीक्षा सुखाच्या वेळी नाही, तर कठीण वेळी होते. जेव्हा शेअरबाजार पडतो किंवा तुमचे शेअर्स विकून टाकण्याचा सल्ला लोक देतात, त्या वेळी संयम ठेवणं अवघड असतं. पण जो या टप्प्यावर टिकतो, तोच पुढे जातो.

संयम आणि भावना

पैशाचे निर्णय सर्वांत जास्त, भीती, हाव, असूया आणि घाईमुळे चुकतात. संयम या भावनांना थांबवतो. तो तुम्हाला विचारायला लावतो, “हा निर्णय मी शांत डोक्याने घेतो आहे का?” हा एक छोटा प्रश्न मोठे नुकसान टाळू शकतो.

श्रीमंत लोक संयमी का असतात?

तुम्ही लक्षात घेतलं असेल, खरे श्रीमंत लोक फार गोंधळत नाहीत.

- ते लगेच प्रतिक्रिया देत नाहीत.
- ते प्रत्येक बातमीमुळे निर्णय बदलत नाहीत.
- ते दीर्घकालीन चित्र पाहतात.

कारण त्यांना माहिती असतं, **संयमामुळे पैसा वाढतो आणि घाईमुळे कमी होतो.**

संयम म्हणजे त्याग नव्हे, संयम म्हणजे सगळं नाकारणंही नव्हे. तो म्हणतो,

- “सगळं आजच नको.”
- “हे आत्ता गरजेचं नाही.”
- “हे मी नंतरही करू शकतो.”

हा निर्णय त्या वेळचा असतो पण त्याचा फायदा मात्र दीर्घकालीन असतो.

रोजच्या आयुष्यात संयम कसा आणायचा?

संयम ही फार अवघड गोष्ट नाही, तो लहान सवयींमधून मिळवता येतो.

- मोठी खरेदी करताना २४ तास थांबा.
- गुंतवणूक करायच्या आधी, एक रात्र शांत झोपा.
- भावनेत निर्णय घेऊ नका.
- इतरांच्या यशाशी स्वतःची तुलना करू नका.

या गोष्टींमुळेच तुम्ही संयमी होता.

संयम आणि समाधान

संयमाचा एक मोठा फायदा म्हणजे समाधान. ज्याला सगळं आजच हवं, तो कधीच समाधानी नसतो. जो थांबायला शिकतो, तो जे मिळतं त्यात आनंद शोधतो. ही मानसिकता पैशांबाबतही लागू होते.

संयम म्हणजे स्वतःवर विश्वास

संयम ठेवणं म्हणजे स्वतःच्या निर्णयांवर, प्रक्रियेवर आणि वेळेवर विश्वास ठेवणं. ज्याचा स्वतःवर विश्वास असतो, तो घाई करत नाही.

टिकाऊ श्रीमंतीचा पाया

शिस्त, संयम आणि सातत्यामुळे श्रीमंती टिकते. झटपट उभारलेली श्रीमंती सहज कोसळते. पण संयमाने उभारलेली श्रीमंती पिढ्यानपिढ्या टिकते. संयम म्हणजे वेग कमी करणं नाही. **योग्य दिशेने सातत्य ठेवणं म्हणजे संयम.** श्रीमंतीचा पाया मजबूत करायचा असेल, तर संयमाकडे दुर्लक्ष करून चालणार नाही.

केल्याने होत आहे, आधी केलेची पाहिजे! आजपासून हे कराच!

१. तुमचे गुंतवणुकीचे दीर्घकालीन उद्दिष्ट लिहून काढा.

२. शेअरबाजारातील निवडक दहा शेअर्समधील चढ-उतार लिहून काढा.

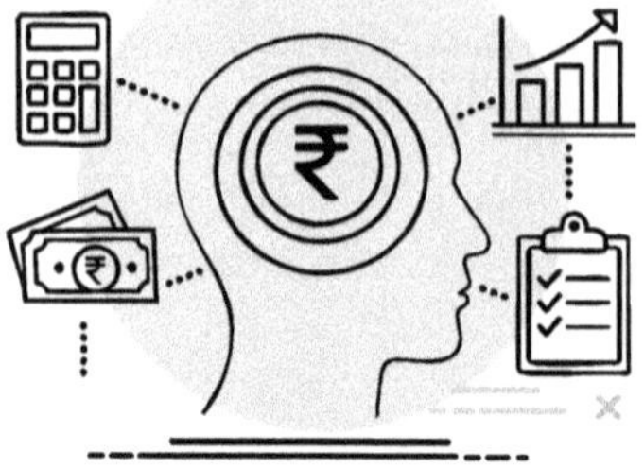

प्रकरण ६

आउट ऑफ कम्फर्ट झोन : श्रीमंत होण्याची खरी जागा

"आम्ही ठीक आहोत."

"जसं चाललंय तसं चालू दे."

"जोखीम नको."

ही वाक्यं ऐकायला सुरक्षित वाटतात. पण हीच वाक्यं आपल्याला जिथे आहोत तिथेच अडकवून ठेवतात. श्रीमंत होण्याची सुरुवात सुखसोयींच्या चौकटीत होत नाही. ती सुरू होते, **कम्फर्ट झोनच्या बाहेर.**

कम्फर्ट झोन म्हणजे नेमकं काय?

कम्फर्ट झोन म्हणजे,

- ठरलेला पगार,
- ठरलेली जीवनशैली,
- ठरलेले खर्च,
- ठरलेली सवय,

इथे सगळं ओळखीचं असतं. भीती कमी असते, पण वाढही मर्यादित असते. कम्फर्ट झोन सुरक्षित असतो पण तिथे प्रगती थांबते. बहुतेक लोक कम्फर्ट झोनमधून बाहेर पडत नाहीत कारण,

- अपयशाची भीती,
- लोक काय म्हणतील याची भीती,
- 'आपल्याला जमेल का?' ही शंका,
- आधीच असलेली जबाबदारी

ही सगळी कारणं समजण्यासारखी आहेत. पण आयुष्यभर असंच चालू ठेवलं, तर बदल कधीच होत नाही.

श्रीमंती आणि अस्वस्थता यांचं नातं

श्रीमंती आणि अस्वस्थता या दोन्ही गोष्टी हातात हात घालून चालतात.

- नवीन कौशल्य शिकताना अस्वस्थता,
- नवीन गुंतवणूक करताना अस्वस्थता,
- खर्चाच्या सवयी बदलताना अस्वस्थता,

ही अस्वस्थता वाईट नाही. ती वाढीची खूण आहे. जिथे सगळं सोपं वाटतं, तिथे बदल होत नाही.

कम्फर्ट झोन सोडणं म्हणजे वेडेपणा नव्हे!

अनेकांना वाटतं, कम्फर्ट झोन सोडणं म्हणजे सगळं धोक्यात घालणं. खरं तर, कम्फर्ट झोन सोडणं म्हणजे **विचारपूर्वक पुढे जाणं.**

- सगळं एकदम बदलायचं नाही.
- पण थोडं थोडं वेगळं करायचं.

हेच शहाणपण आहे.

आर्थिक कम्फर्ट झोन कसा ओळखायचा?

तुमचा आर्थिक कम्फर्ट झोन म्हणजे,

- बँकेतच पैसे ठेवणं.
- गुंतवणूक न करणं.
- इतर कोणतेही उत्पन्न नसणं.

यामुळे तुमच्या प्रगतीला अदृश्य ब्रेक लागतो.

श्रीमंत लोक वेगळं काय करतात?

श्रीमंतांनाही तुमच्यासारखीच भीती वाटते. फरक इतकाच, ते भीती असूनही **पुढचं पाऊल टाकतात.** फरक इतकाच असतो की ते शिकायला वेळ देतात, तज्ज्ञांचा सल्ला घेतात आणि छोट्या जोखिमा स्वीकारतात आणि हळूहळू कम्फर्ट झोन वाढवत जातात.

कम्फर्ट झोन बदलायचा कसा?

कम्फर्ट झोन सोडायचा नसतो, तो हळूहळू वाढवायचा असतो. उदाहरणार्थ,

- आज खर्च लिहायला सुरुवात करा.
- उद्या बचत ठरवा.
- पुढच्या महिन्यात गुंतवणूक सुरू करा.

एकदम मोठी उडी नको, पण रोज एक पाऊल हवं.

अपयशाची भीती आणि वास्तव

"अपयश आलं तर?" हा प्रश्न प्रत्येकाच्या मनात येतो. पण एक गोष्ट लक्षात ठेवा, **काहीही न करणं हेही एक अपयशच असतं.** प्रयत्नात अपयश आलं, तर शिकायला मिळतं. पण प्रयत्न न करताच आयुष्य गेलं, तर शेवटी फक्त पश्चात्ताप उरतो.

लोक काय म्हणतील?

हा प्रश्न आपल्याला नेहमी अडवतो. पण लोक नेहमी काहीतरी म्हणणारच. आज काही केलं नाही, तरी म्हणतील. आज काही केलं, तरी म्हणतील. मग स्वतःला असा प्रश्न विचारा, मी स्वतःसाठी काही करणार आहे की नाही?

कम्फर्ट झोन आणि उत्पन्न वाढ

बहुतेक लोक उत्पन्न वाढवण्याचा विचार करत नाहीत, जे चाललंय ते चालू देतात. नवीन कौशल्य, साइड इनकम आणि नवीन व्यवसायाची कल्पना या सगळ्या गोष्टी त्यांच्या कम्फर्ट झोनच्या बाहेर असतात. जो कम्फर्ट झोनच्या बाहेर जातो, त्याचेच उत्पन्न वाढते.

श्रीमंतीचा खरे दालन

श्रीमंतीचे दालन कम्फर्ट झोनच्या आत नसते. अस्वस्थ झालात, बदल स्वीकारलेत, नवीन गोष्टी शिकलात तरच ते उघडते. कम्फर्ट झोन तुम्हाला सुरक्षित ठेवतो, पण कम्फर्ट झोन सोडलात, तरच तुम्ही श्रीमंत होता. आरामखुर्चीत आराम आहे, श्रीमंती नाही. ती आहे, **कम्फर्ट झोनच्या थोडं बाहेर.**

केल्याने होत आहे, आधी केलेची पाहिजे! आजपासून हे कराच!

१. तुमचा आर्थिक कंफर्टझोन लिहून काढा.

२. एका नवीन उत्पन्नस्त्रोतातून उत्पन्न मिळवणे सुरू करा.

प्रकरण ६

पैसे वाचवणे म्हणजेच कमावणे

"मी खूप कमावतो, पण तरी काही उरत नाही."

"पगार वाढतोय, पण बचत तशीच आहे."

ही वाक्यं ऐकली की मला नेहमी एकच प्रश्न पडतो,

आपण पैसे कमावण्याकडे लक्ष देतो, पण पैसे वाचवण्याला कमी लेखतो का? खरं सांगायचं, तर पैसे वाचवणं हे पैसे कमावण्याइतकंच महत्त्वाचं आहे. कधी कधी तर त्याहूनही जास्त.

पैसे वाचवणं म्हणजे कंजूषपणा नव्हे. सर्वांत आधी हा गैरसमज दूर करू.

पैसे वाचवणं म्हणजे,

- स्वतःवर खर्च न करणं नव्हे.
- आयुष्य एन्जॉय न करणं नव्हे.
- गरजेच्या गोष्टी नाकारणं नव्हे.

पैसे वाचवणं म्हणजे **अनावश्यक खर्च टाळणं आणि गरजेचा खर्च शहाणपणाने करणं.**

कंजूषपणा आणि शहाणपण यात फरक आहे. कंजूषपणा भीतीतून येतो, शहाणपण समजूतदारपणातून.

एक भ्रम : मी कमावतो आहे, म्हणजे पुरेसं आहे!

लोक म्हणतात, 'मी तर कमावतोय, मग काय चिंता?' पण वास्तव वेगळं असतं.

- जर उत्पन्न वाढत असताना खर्चही तितकाच वाढत असेल,
- बचत शून्य किंवा फारच कमी असेल,

- प्रत्येक अनपेक्षित खर्चासाठी कर्ज घ्यावं लागत असेल,

तर कमाई असूनही आर्थिक प्रगती होत नाही. कारण पैसे उरलेले नसतात. **वाचवलेला पैसा म्हणजे थेट नफा** हे वाक्य लक्षात ठेवा, वाचवलेला प्रत्येक पैसा हा कमावलेल्या पैशापेक्षा महत्त्वाचा असतो. कारण,

- त्यावर कर लागत नाही.
- त्यासाठी अतिरिक्त मेहनत घ्यावी लागत नाही.
- तो तुमच्या हातातच असतो.

१०,००० रुपये जास्त कमवण्यासाठी कदाचित जास्त काम करावं लागेल. पण १०,००० रुपये वाचवण्यासाठी फक्त खर्चाची दिशा बदलावी लागते.

खर्च कुठे वाढतो, ते कळतही नाही

बहुतेक खर्च मोठ्या गोष्टींमुळे वाढत नाही, तर छोट्या सवयींमुळे वाढतो.

- रोज बाहेरचं खाणं,
- अनावश्यक ऑनलाइन खरेदी,
- वापरात नसलेली सबस्क्रिप्शन्स,
- 'ऑफर आहे' म्हणून घेतलेल्या गोष्टी,

हे सगळं वेगळं असताना लहान वाटतं, पण एकत्र केलं की मोठी रक्कम दिसते.

पैसे वाचवणं म्हणजे निर्णय बदलणं

पैसे वाचवणं म्हणजे, फक्त खर्च कमी करणं नाही, तर निर्णय बदलणं.

- हे खरंच गरजेचं आहे का?
- याचा उपयोग किती वेळा होणार आहे?
- याऐवजी स्वस्त आणि योग्य पर्याय आहे का?

हे प्रश्न स्वतःला विचारले की खर्च आपोआप गरजेपुरताच होतो.

ईएमआय कमी करणं म्हणजे उत्पन्न वाढवणं

हा मुद्दा अनेकांना धक्का देतो. जर तुमचा एक ईएमआय संपला किंवा गरज नसलेले ईएमआय टाळले गेले, तर तेवढी रक्कम दरमहा तुमच्या हातात उरते. नवीन पगारवाढ न मिळताही तुमचं उत्पन्न वाढतं. म्हणजेच,

ईएमआय कमी करणं = पैसे कमावणं.

वाचवलेले पैसे कुठे जायला हवेत?

पैसे वाचवले पण ते खात्यात तसेच पडून राहिले, तर त्याचा पूर्ण फायदा होत नाही. वाचवलेले पैसे कर्जफेड, आपत्कालीन निधी आणि गुंतवणुकीसाठी वापरले, तर ते खऱ्या अर्थाने 'कमाई' बनतात.

खर्चावर नियंत्रण म्हणजे स्वातंत्र्य

अनेकांना वाटतं खर्चावर नियंत्रण म्हणजे बंधन. पण खरं तर, खर्चावर नियंत्रण म्हणजे स्वातंत्र्य.

- नको त्या गोष्टींसाठी काम करावं लागत नाही.
- नको त्या लोकांसमोर तडजोड करावी लागत नाही.
- अचानक निर्णय घेता येतात.

पैसे वाचवणं तुम्हाला पर्याय देतं.

एक महत्त्वाचा प्रश्न : मी किती वाचवतो?

'मी किती कमावतो?' पेक्षा महत्त्वाचा प्रश्न आहे, **'मी किती वाचवतो?'**

कारण कमाई थांबू शकते पण वाचवलेला पैसा तुमच्याबरोबर राहतो. पैसे वाचवणं ही सवय आहे.

ही एकदाच केली जाणारी कृती नाही. ती सवय आहे.

- दर महिन्याला खर्च तपासणं.
- गरज नसलेली खरेदी टाळणं.
- ऑफरपेक्षा गरज पाहणं.

ही सवय लागली की श्रीमंतीचा वेग वाढतो. पैसा मोठा करायचा असेल, तर फक्त जास्त कमावण्याचा विचार नको. जास्त शहाणपणाने पैसे वाचवण्याची सवय लावा.

केल्याने होत आहे, आधी केलेची पाहिजे! आजपासून हे कराच!

या महिन्यात वाचवलेले पैसे लिहून काढा.

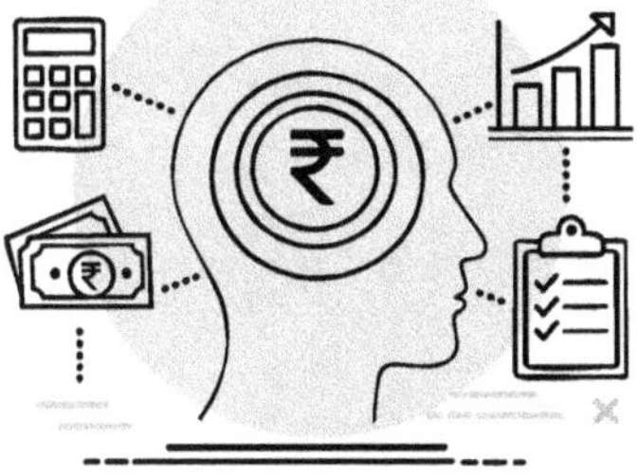

प्रकरण ७

दिखाऊपणा म्हणजे संपत्ती कमी करण्याचा मार्ग

"लोक काय म्हणतील?"

"थोडं तरी स्टेटस दिसायला हवं."

"आपण मागे राहिलो असं वाटायला नको."

ही वाक्यं ऐकायला साधी वाटतात पण याच वाक्यांमुळे अनेक लोकांची आर्थिक घडी विस्कटते. दिसायला श्रीमंत होण्याच्या नादात खरी संपत्ती हळूहळू हातातून निसटते, हे त्यांच्या लक्षातही येत नाही.

दिखाऊपणा म्हणजे नेमकं काय?

दिखाऊपणा म्हणजे,

- गरज नसताना खर्च करणं.
- स्वतःसाठी नव्हे, तर इतरांना दाखवण्यासाठी खरेदी करणं.
- 'लोकांनी आपल्याला काय समजावं' यासाठी दिखाऊपणा करणं.

दिखाऊपणा हा आनंदासाठी नसतो, तो मान्यतेसाठी असतो आणि अशी मान्यता बाहेरून मिळवायची सवय आर्थिकदृष्ट्या फार महाग पडते.

दिखाऊपणाची सुरुवात कुठून होते?

बहुतेक वेळा दिखाऊपणा एका तुलनेतून सुरू होतो.

- शेजाऱ्याने घेतलेली गाडी,
- नातेवाइकांचं थाटामाटाचं लग्न,
- सोशल मीडियावर दिसणारं 'दिमाखदार आयुष्य',

आपण संपूर्ण सत्य पाहत नाही, फक्त बाहेरचं चित्र पाहतो. मग आपण स्वतःलाच सांगतो, 'तू कमी पडतो आहेस!'

सोशल मीडिया : दिखाऊपणाचं इंधन

आज सोशल मीडिया दिखाऊपणाला सतत खतपाणी घालतो. कोणी परदेशात, कोणी महागड्या रेस्टॉरंटमध्ये, कोणी ब्रँडेड कपड्यांत, कोणी महागड्या कार्समध्ये, कोणी पंचतारांकित हॉटेलमध्ये, तर कोणी विमानतळावर दिसत असतं. हे सगळं पाहताना अनेक लोक जळत असतात. त्यांच्या एक गोष्ट लक्षात येत नाही, **'आपण फक्त काही क्षण पाहतोय, त्यांचं पूर्ण आयुष्य नाही!'**

त्या लोकांना प्रत्यक्ष आयुष्यात कर्ज असतं, ईएमआय असतात, आर्थिक ताण असतात पण ते दिसत नाहीत.

दिखाऊ खर्च आणि ईएमआय सापळा

दिसण्यासाठी केलेला खर्च बहुतेक वेळा ईएमआयवर उभा असतो.

- महागडा फोन,
- लक्झरी गाडी,
- भव्य समारंभ,

ईएमआय लगेच मिळतो, पण त्यांचा परिणाम महिनोन्‌महिने चालतो. ईएमआय म्हणजे आजच्या भपक्यासाठी उद्याचं स्वातंत्र्य गहाण ठेवणं.

दिखाऊपणा आणि मानसिक ताण

दाखवण्यासाठी जगणं खूप थकवणारं असतं. यासाठी सतत इतरांशी तुलना होते, सतत स्वतःला सिद्ध करण्याची धडपड करावी लागते, सतत खर्च वाढवण्याचा दबाव येत राहतो. या सगळ्याचा परिणाम मनावर आणि नात्यांवर होतो. खरी श्रीमंती मन शांत ठेवते. दिखाऊपणा मन अस्वस्थ करतो.

खरे श्रीमंत कसे वागतात?

माझ्या अनुभवानुसार, खरे श्रीमंत लोक फारसा गाजावाजा करत नाहीत, साधेपणाला कमीपणा समजत नाहीत. ते गरजेपेक्षा जास्त खर्च टाळतात. त्यांना काही दाखवायचं नसतं, कारण त्यांना स्वतःवर विश्वास असतो. दिसण्यासाठी जगणं त्यांना गरजेचं वाटत नाही.

"पण समाजात राहायचं तर..."

हा मुद्दा अनेक जण मांडतात. हो, समाजात राहायचं असतं. समाजासाठी जगायचं नसतं. समाज कधीच समाधानी नसतो. आज कौतुक करेल, उद्या नवीन अपेक्षा ठेवेल. मग आपण आयुष्यभर त्या अपेक्षांच्या मागे धावायचं का?

दिखाऊपणा आणि श्रीमंती यांचा संघर्ष

श्रीमंत दिसण्यासाठी खर्च केल्याने बचत कमी होते, गुंतवणूक थांबते आणि कर्ज वाढतं. त्यामुळे श्रीमंतीचा प्रवासच मंदावतो. दिखाऊपणा हा श्रीमंतीचा थेट शत्रू आहे.

साधेपणा म्हणजे मागासलेपणा नाही

साधेपणा म्हणजे शहाणपणाने खर्च करणे, साधी जीवनशैली ठेवणे आणि आर्थिक स्वातंत्र्याला प्राधान्य देणे! साधेपणा म्हणजे स्वतःच्या मूल्यांवर जगणं, इतरांच्या अपेक्षांवर नाही.

स्वतःला विचारायचा प्रश्न

खरेदी करताना हा एक प्रश्न स्वतःला विचारा, **"हे माझ्या गरजेसाठी आहे, की इतरांना दाखवण्यासाठी?"** हा एक प्रश्न तुमचे हजारो रुपये वाचवू शकतो.

दिखाऊपणा सोडला की काय मिळतं?

दिखाऊपणा सोडला, की

- आर्थिक ताण कमी होतो.
- बचत आणि गुंतवणूक वाढते.

- मन शांत होतं.
- निर्णय योग्य ठरतात.

म्हणजे तुम्ही काही गमवत नाही, उलट जास्त मिळवत असता. दिसायला श्रीमंत होणं सोपं आहे. पण खरंच श्रीमंत होण्यासाठी दिखाऊपणा बंद करावा लागतो.

केल्याने होत आहे, आधी केलेची पाहिजे! आजपासून हे कराच!

तुमच्या घरातील सर्वांच्या दिखाऊ खर्चांची यादी लिहून काढा.

प्रकरण ८

गुंतवणुकीला अग्रक्रम द्या : खर्चानंतर नव्हे, खर्चाआधी!

“महिनाअखेरीला उरेल ते गुंतवू.” हे वाक्य ऐकायला खूप व्यवहार्य वाटतं. पण प्रत्यक्षात, हेच वाक्य अनेक लोकांच्या श्रीमंतीच्या वाटेतला सगळ्यांत मोठा अडथळा ठरतं. कारण वास्तव असं आहे, महिनाअखेरीला बहुतेक वेळा काहीच उरत नाही. मग प्रश्न असा पडतो, गुंतवणूक कधी करायची आणि प्राधान्य कशाला द्यायचे?

एक धोकादायक सवय : खर्च आधी, गुंतवणूक नंतर!

आपण बहुतेक वेळा असा विचार करतो,

- घरखर्च भागवू.
- ईएमआय भरू.
- मुलांचे खर्च करू.
- सण समारंभ पाहू.

“आणि मग काही उरलं तर गुंतवू.” पण खर्चाला मर्यादा नसते. तो नेहमी वाढतच जातो. जर गुंतवणूक शेवटी ठेवली, तर ती कायम शेवटचीच राहते, कधीच सुरू होत नाही.

आधी गुंतवणूक म्हणजे काय?

आधी गुंतवणूक म्हणजे, पगार किंवा उत्पन्न हातात येताच सर्वप्रथम ठरावीक रक्कम स्वतःच्या भविष्यासाठी बाजूला काढून गुंतवणं. हा पैसा कोणत्याही भावनेमुळे खर्च करायचा नसतो, तो शिस्तबद्ध गुंतवायचा असतो.

एक गैरसमज : माझं उत्पन्न कमी आहे!

अनेक लोक म्हणतात, "आधी उत्पन्न वाढू दे, मग गुंतवणूक करीन." पण माझ्या अनुभवानुसार, ज्यांनी कमी उत्पन्न असतानाच गुंतवणूक सुरू केली आहे, तेच पुढे मोठी संपत्ती तयार करतात. कारण गुंतवणूक ही रकमेवर नाही, ती **सवयीवर** अवलंबून असते. १००० रुपयांची नियमित गुंतवणूक ० रुपयांपेक्षा नेहमीच चांगली असते.

आधी गुंतवणूक केल्यावर काय बदल होतात?

जेव्हा तुम्ही आधी गुंतवणूक करता,

- खर्च आपोआप गरजेच्या ठिकाणीच होतो.
- अनावश्यक खरेदी कमी होते.
- पैशाकडे पाहण्याची दृष्टी बदलते.

  कारण तुम्ही आधीच ठरवलेलं असतं, की हा पैसा भविष्यासाठी आहे.

खर्चावर नियंत्रण आपोआप कसं येतं?

हा मुद्दा खूप महत्त्वाचा आहे. जर तुम्ही, १०% उत्पन्न आधी गुंतवून मग उरलेले ९०% खर्च केले, तर तुमचं आयुष्य कोलमडत नाही उलट अधिक शिस्तबद्ध होतं. मग खर्च कमी करण्यासाठी वेगळे प्रयत्न करावे लागत नाहीत. मर्यादा आपोआप तयार होते.

> आधी गुंतवणूक म्हणजे स्वतःलाच पगार देणं.
> जसं तुम्ही,
> - घरमालकाला भाडं देता.
> - बँकेला ईएमआय देता.

तसंच भविष्यातल्या स्वतःला दर महिन्याला पगार दिला पाहिजे. तो पगार म्हणजे गुंतवणूक.

गुंतवणूक आणि मानसिक शांतता

जेव्हा तुम्ही नियमित गुंतवणूक करत असता, तेव्हा

- भविष्याची भीती कमी होते.
- निर्णय शांतपणे घेतले जातात.
- अनपेक्षित खर्चही हाताळता येतो.

गुंतवणूक फक्त पैसा वाढवत नाही, ती **मानसिक शांतताही देते.**

आधी गुंतवणूक कशी सुरू करावी?

हे खूप अवघड नाही.

- पगार येताच ऑटो डेबिट ठेवा.
- ठरावीक रक्कम बाजूला काढा.
- हातात येण्याआधीच गुंतवणूक करा.

यामुळे तुम्हाला गुंतवणूक करावी लागत नाही. ती आपोआप होते.

नेहमीचा प्रश्न : पण अनपेक्षित खर्च उद्भवला तर?

म्हणूनच, आपत्कालीन निधी आणि गुंतवणूक वेगळी ठेवावी. या दोन्हींची गल्लत नको. आधी गुंतवणूक म्हणजे सगळं गुंतवून मोकळं होणं नाही, तर ही पैशांची **नियोजनपूर्वक विभागणी** आहे.

आधी गुंतवणूक करणारे लोक वेगळे का असतात?

ते वेगळे असतात कारण,

- ते भविष्याला प्राधान्य देतात.
- ते आजच्या आनंदासाठी उद्याचा नाश करत नाहीत.
- ते स्वतःच्या भविष्याशी खेळत नाहीत.

त्यांना श्रीमंत दिसण्यात, नाही होण्यात रस असतो!

श्रीमंतीचा हा सगळ्यात साधा नियम

संपत्ती निर्माण करायची असेल, तर एकच नियम पुरेसा आहे, '**आधी गुंतवणूक, मग खर्च.**' हा नियम पाळला, तर श्रीमंतीचा प्रवास आपोआप सुरू होतो. श्रीमंत होण्यासाठी फक्त जास्त कमावणं गरजेचं नसतं.

योग्य क्रम : आधी गुंतवणूक, मग खर्च.

केल्याने होत आहे, आधी केलेची पाहिजे! आजपासून हे कराच!

१. तुमच्या उत्पन्नातील किमान १०% रक्कम दीर्घकाळासाठी गुंतवा.

२. आपत्कालीन निधी निर्माण करून ठेवा.

भाग ३

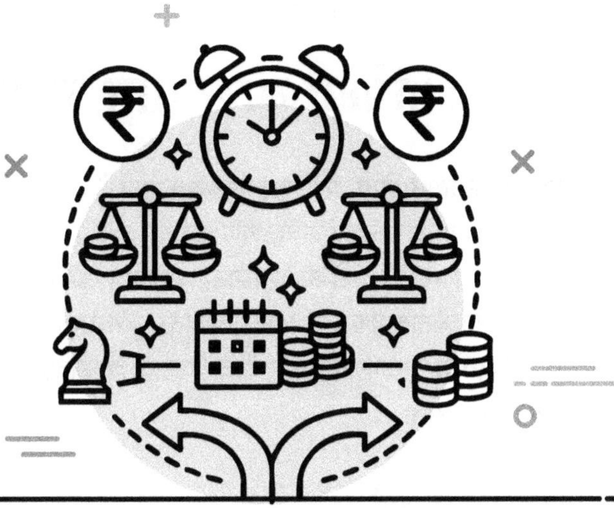

वेळ, निर्णय आणि आर्थिक शिस्त

प्रकरण १

वेळ : पैशांपेक्षा मौल्यवान भांडवल

"पैसा पुन्हा कमावता येतो, पण वेळ परत येत नाही."

हे वाक्य आपण अनेकदा ऐकतो. पण त्याचा अर्थ किती खोल आहे, हे बहुतेक वेळा उशिरा कळतं. लोक पैशासाठी धावतात, ओव्हरटाइम करतात, अधिक जबाबदाऱ्या घेतात पण एक प्रश्न क्वचितच विचारतात, **मी माझा वेळ कशासाठी वापरतोय?** आर्थिक आयुष्यात वेळ घड्याळातली गोष्ट नसते. ती मौल्यवान भांडवल असते.

पैसा आणि वेळ यांचं नातं

पैसा हा एक साधन आहे. तो येतो, जातो, वाढतो, कमी होतो. पण वेळ,

- मिळवता येत नाही.
- साठवता येत नाही.
- उधार घेता येत नाही.

एकदा गेलेली वेळ कुठल्याही किमतीत परत मिळत नाही. म्हणूनच, जो माणूस वेळेचा योग्य वापर करतो, तोच पैशाचाही योग्य वापर करतो.

आर्थिक निर्णयात वेळेचं महत्त्व

आर्थिक चुका पैशामुळे होत नाहीत, वेळेचा चुकीचा वापर केल्यामुळे होतात.

- गुंतवणूक उशिरा सुरू करणं.
- 'नंतर पाहू' म्हणत वेळ घालवणं.

हीं उशिराची सवय खूप महाग पडते.

एक लोकप्रिय भ्रम : मला आता वेळ नाही!

अनेक लोक म्हणतात,

"आता वेळ नाही."

"आता उशीर झालाय."

पण खरं सांगायचं तर **वेळ प्रत्येकाकडे असतोच, प्राधान्य नसते!**

जो वेळ काढतो, तो पुढे जातो. जो थांबतो, तो तिथेच राहतो.

गुंतवणुकीत वेळेची जादू

गुंतवणुकीत वेळ हा सगळ्यात मोठा मित्र आहे. लवकर सुरुवात केली, तर

- रक्कम लहान असली तरी चालते.
- जोखीम कमी होते.
- ताण कमी होतो.

उशिरा सुरुवात केली, तर

- रक्कम वाढवावी लागते.
- घाई होते.
- निर्णय भावनेतून होतात.

म्हणूनच वेळ गमावणं म्हणजे पैसा गमावणं.

वेळ आणि सवयी

पैसा एका दिवसात वाढत नाही. तो वाढतो, रोजच्या सवयींमुळे.

- रोज खर्च तपासणं.
- दरमहा गुंतवणूक करणं.
- दरवर्षी आर्थिक आढावा घेणं.

या सवयीमुळे वेळ जातो पण त्यांचा परिणाम आयुष्यभर टिकतो.

वेळ कुठे वाया जातो?

आपण बहुतेकदा लक्ष देत नाही पण वेळ हळूहळू आपल्या हातातून निसटत असतो.

- अनावश्यक सोशल मीडिया,
- तक्रारी, उखाळ्यापाखाळ्या,

- तुलना,
- निर्णय टाळणं,

हा वेळ जर, स्वतःच्या प्रगतीसाठी वापरला, तर चित्र वेगळं दिसेल.

वेळ आणि प्राथमिकता

ज्याच्यासाठी वेळ काढतो, तेच आपल्यासाठी महत्त्वाचं असतं. जर आपण,

- कुटुंबासाठी वेळ देत नाही.
- आरोग्यासाठी वेळ देत नाही.
- आर्थिक नियोजनासाठी वेळ देत नाही.

तर मग प्रश्न असा आहे, आपण नेमकं कशाला प्राधान्य देतो आहोत? वेळेचं व्यवस्थापन म्हणजे आयुष्याचं व्यवस्थापन.

वेळ ही श्रीमंतीची खरी कसोटी

खूप पैसा असलेला माणूस वेळेअभावी त्रस्त असेल, तर तो खरा श्रीमंत नसतो. खरी श्रीमंती म्हणजे भरपूर वेळ हातात असणे, मन न मारता कोणतीही गोष्ट निवडण्याची मुभा असणे आणि मनमुराद आयुष्य जगता येणे. वेळ पैशापेक्षा मोठा आहे, कारण गेलेला पैसा परत मिळतो पण गेलेला वेळ परत मिळवता येत नाही.

आजचा वेळ, उद्याचं भविष्य

आज तुम्ही वेळ कसा वापरताय, यावर ठरतं की काही वर्षांनी तुमचं आर्थिक आयुष्य कसं असेल. आज थोडा वेळ दिलात, तर उद्या मोठा फरक पडतो. पैसा कमावण्यासाठी संपूर्ण आयुष्य खर्च करू नका, तो युक्तीने मिळवता येतो!

वेळ शहाणपणाने वापरला, तर पैसा आपोआप योग्य मार्गाने येतो.

केल्याने होत आहे, आधी केलेची पाहिजे! आजपासून हे कराच!

१. तुमचा वेळ वाया घालवणाऱ्या सवयी लिहून काढा.

२. तुमच्या आयुष्यातील कामांसाठी किमान तीन माणसे नेमा. त्यांचा वेळ विकत घ्या.

प्रकरण २

२४ तासांचा नियम : योग्य निर्णयांची गुरुकिल्ली

"ते पाहिलं आणि लगेच घेतलं... ऑफर होती, नाहीतर नंतर महाग झालं असतं... मित्राने सांगितलं म्हणून लगेच पैसे टाकले."

ही वाक्यं आपल्याला खूप ओळखीची वाटतात आणि गंमत म्हणजे या वाक्यांमुळे घेतलेले निर्णय बहुतेक वेळा चुकीचे ठरतात. कारण ते निर्णय विचारांमधून नाही, भावनेतून घेतलेले असतात. यामुळेच २४ तासांचा नियम लक्षात घेण्याची गरज आहे.

२४ तासांचा नियम म्हणजे काय?

२४ तासांचा नियम म्हणजे, **कोणताही मोठा आर्थिक निर्णय घेण्याआधी किमान २४ तास थांबणं.** कोणताही मोठा निर्णय तुम्ही जेव्हा घेता, उदा. मोठी खरेदी, एखादी गुंतवणूक, एखादे कर्ज किंवा आर्थिक करार, त्या वेळी घाईघाईत निर्णय न घेता, किमान २४ तास विचार करा. हा नियम सोपा आणि परिणामकारक आहे.

आपले बहुतेक निर्णय चुकीचे का ठरतात?

कारण आपण निर्णय घेतो,

- ऑफर पाहून,

- किंमत वाढेल या भीतीने,
- जास्त परताव्याच्या लोभाने,
- लोक काय म्हणतील या दबावामुळे,

या सगळ्या भावना क्षणिक असतात. पण निर्णयाचा परिणाम दीर्घकाळ टिकतो. २४ तासांचा नियम या भावना शांत होईपर्यंत आपल्याला थांबवतो.

भावना शांत झाल्यावर चित्र बदलतं

भावनांचा कल्लोळ डोक्यात सुरू असताना, आज घेतलेला निर्णय उद्या डोके शांत झाल्यावर तसाच वाटेलच असं नाही. २४ तासांनंतर,

- तीच ऑफर तितकी आकर्षक वाटत नाही.
- तीच गरज तितकी तातडीची वाटत नाही.
- तीच जोखीम स्पष्ट दिसू लागते.

म्हणूनच, जो निर्णय २४ तास टिकतो, तो बहुतेक वेळा योग्य ठरतो.

हा नियम खर्चासाठी का महत्त्वाचा आहे?

खर्चाच्या बाबतीत आपण फारच भावनिक असतो. हे घेतलं तर आनंद मिळेल, हे घेतलं नाही तर चुकल्यासारखं वाटेल; असा आपण विचार करतो पण २४ तास थांबल्यावर, त्या आनंदाची गरज खरंच आहे की नाही, हे आपल्याला कळतं. अनेक वेळा, २४ तासांनंतर तो खर्च आपोआप रद्द होतो.

गुंतवणुकीत २४ तासांचा नियम

गुंतवणुकीत तर हा नियम सोन्यासारखा आहे.

- आजच पैसे टाका.
- ही संधी पुन्हा येणार नाही.
- सगळे करत आहेत.

ही वाक्यं ऐकली की खरं तर थांबायलाच पाहिजे! किमान २४ तास. या २४ तासांमध्ये, त्या योजनेची संपूर्ण माहिती तपासा, त्यातील धोका समजून घ्या आणि स्वतःला प्रश्न विचारा. जर तरीही निर्णय योग्य वाटला, तरच पुढे जा.

कर्ज घेताना हा नियम का हवाच?

कर्ज घेताना भावना फारच प्रक्षुब्ध असतात. आपली प्रतिष्ठा त्यावर अवलंबून आहे, असे आपल्याला वाटते. आपल्याला त्यांची खूप गरज आहे, असे वाटते. यामुळे आपल्यावर दबाव येतो आणि आपण कर्ज घेतो. पण कर्जाचा परिणाम वर्षानुवर्षं होत असतो.

२४ तास थांबून स्वतःलाच विचारा,

- हे कर्ज खरंच आवश्यक आहे का?
- यांची परतफेड परवडेल का?
- याचा माझ्या आयुष्यावर काय परिणाम होईल?

हे प्रश्न तुमची अनेक चुकीची कर्जं थांबवतात.

"पण आमच्यापाशी वेळच नसेल तर?"

हा प्रश्न खूप जण विचारतात. खरं सांगायचं तर खरंच अत्यावश्यक निर्णय फारच क्वचित घ्यावे लागतात.

बहुतेक निर्णय 'तत्काळ' घ्यावेसे वाटतात पण प्रत्यक्षात तुम्ही त्या वेळी काही काळ थांबू शकता आणि जे निर्णय घेण्यासाठी तुम्ही २४ तास थांबू शकत नाही, ते बहुतेक वेळा तुमच्या फायद्याचे नसतात.

२४ तासांचा नियम आणि आत्मविश्वास

हा नियम तुम्हाला आत्मविश्वास देतो. कारण

- तुम्ही घाईघाईत निर्णय घेत नाही.
- तुम्ही इतरांच्या दबावाखाली झुकत नाही.
- तुम्ही स्वतःच्या बुद्धीवर विश्वास ठेवता.

हा आत्मविश्वास आर्थिक शिस्त निर्माण करतो.

रोजच्या आयुष्यात हा नियम कसा वापरायचा?

- महागडी खरेदी → २४ तास थांबा.
- नवीन गुंतवणूक → २४ तास विचार करा.
- कर्जाचा निर्णय → २४ तास स्वतःशी बोला.

- मोठा खर्च → २४ तास झोपा.

  हा वेळ वाया जात नाही, तो तुम्हाला चुकीपासून वाचवतो.

चुकीचे निर्णय कमी झाले की...

जेव्हा चुकीचे निर्णय कमी होतात, तेव्हा पैसा वाचतो, ताण कमी होतो आणि आत्मविश्वास वाढतो आणि हळूहळू श्रीमंतीचा प्रवास सोप्या वाटेने पुढे जातो.

२४ तासांचा नियम म्हणजे शहाणपण

हा नियम म्हणजे कुठलीही गुंतागुंतीची युक्ती नव्हे. तो आहे,

- थांबण्याची सवय,
- विचार करण्याची सवय,
- आणि भावनांवर नियंत्रण,

हीच शहाणपणाची खरी ओळख आहे. पैसा चुकीच्या निर्णयाने जातो आणि योग्य निर्णयाने टिकतो.

२४ तास थांबा आणि आयुष्यभराचा पश्चात्ताप टाळा.

केल्याने होत आहे, आधी केलेची पाहिजे! आजपासून हे कराच!

कोणताही मोठा आर्थिक निर्णय घेण्याआधी या तीन प्रश्नांची उत्तरे लिहा.

१. याची आत्ता गरज आहे का?

२. यामध्ये जोखीम किती आहे?

३. याचे परिणाम काय होतील?

प्रकरण ३
वेळ मर्यादित आहे, पैसा अमर्यादित

"पैसा गेला तर पुन्हा येईल."

"आधी काम करू, मग आयुष्य जगू."

"आत्ता वेळ नाही, नंतर बघू."

ही वाक्यं ऐकायला व्यवहार्य वाटतात. पण यामागे एक मोठा भ्रम दडलेला असतो.

पैसा परत मिळू शकतो. वेळ कधीच परत मिळत नाही. हे सत्य आपण मान्य करतो, पण त्याप्रमाणे जगतो का, हा खरा प्रश्न आहे.

पैसा अमर्यादित म्हणजे काय?
पैसा अमर्यादित आहे म्हणजे तो वेगवेगळ्या मार्गांनी कमावता येतो, तो पुन्हा पुन्हा निर्माण करता येतो, नवीन संधींमधून वाढवता येतो. एक नोकरी गेली, तर दुसरी मिळू शकते. एक व्यवसाय अडचणीत गेला, तर दुसरा उभा राहू शकतो. पैशासाठी पर्याय असतात.

वेळ मर्यादित म्हणजे काय?
वेळ मात्र ठरलेला आहे, मोजलेला आहे, तो प्रत्येकाकडे कमीजास्त आहे. एक दिवस गेला की तो परत येत नाही. आज वर्षाचा एक दिवस कमी झाला, कोणतीही कमाई तो भरून काढू शकत नाही. **वेळ ही एकदाच मिळणारी मालमत्ता आहे.**

आपण कुठे गोंधळ करतो?

बहुतेक लोक वेळ देऊन पैसा कमावतात आणि वेळ उरला की आयुष्य जगायचं ठरवतात. पण वेळ उरतच नाही. मग आरोग्य बिघडतं, नाती दूर जातात आणि मन थकून जातं.

एक चुकीचा क्रम : आधी पैसा, मग आयुष्य!

आधी पैसा कमावणे, मग जगण्यासाठी वेळ काढणे, मग आरोग्य सांभाळणे, मग कुटुंबासाठी जगणे; असा क्रम खूप लोकांचा असतो. पण प्रत्यक्षात हा 'मग' कधीच येत नाहीत. त्यामुळे योग्य क्रम असा असायला हवा. आजच जगण्यासाठी वेळ काढणे, आजच आरोग्य सांभाळणे, आजच कुटुंबासाठी जगणे आणि आजच पैसा कमावणे.

पैशाने वेळ विकत घेता येतो!

एक गोष्ट नीट लक्षात ठेवा. **तुमच्यापाशी २४ तासच आहेत. तुम्ही ठरावीक तासच काम करू शकता.** तुम्हाला जर जास्त फायदा हवा असेल, तर तुम्हाला तुमचा दिवस मोठा करता यायला हवा. जर का तुमचा दिवस २४ ऐवजी ४८, ७२, ९६ तासांचा झाला तर?

यशस्वी लोक हेच करतात. ते त्यांचा दिवस मोठा करतात. त्यासाठी ते अनेक चलाख माणसे कामाला ठेवतात. कोणी १, कोणी २, कोणी ५०, कोणी ५००! त्यामुळे त्यांचा दिवस खूप मोठा होतो. तुम्ही जितकी माणसे तुमच्यासाठी कामाला लावाल, तेवढे तुम्ही मोठे व्हाल.

वेळेची किंमत कधी कळते?

- आरोग्य बिघडलं की,
- प्रिय व्यक्ती दूर गेली की,
- किंवा संधी निघून गेली की,

वेळेची किंमत कळते. पण तेव्हा उशीर झालेला असतो. आर्थिक साक्षरतेमुळे ही वेळेची किंमत आधीच समजते.

पैसा अमर्यादित आहे, पण तो आपला आहे का?

पैसा अमर्यादित आहे म्हणजे तो सहज मिळतो असं नाही. तो मिळवण्यासाठी,

- शिस्त,
- कौशल्य,
- आणि वेळेचा योग्य वापर,

गरजेचा असतो. म्हणूनच वेळ योग्य पद्धतीने वापरला, तर पैसा वाढतो. वेळ वाया घालवला, तर पैसा असूनही आयुष्य गरीब राहतं कारण तुमच्याकडे आता पैसा आहे पण तो उपभोगायला तुमच्याकडे वेळ नाहीये!

वेळ आणि आर्थिक स्वातंत्र्य

- केव्हा काम करायचं.
- केव्हा थांबायचं.
- कुटुंबासाठी किती वेळ द्यायचा.

जिथे तुम्ही या गोष्टी ठरवू शकता, ती खरी श्रीमंती. हे स्वातंत्र्य पैशामुळे नाही, तर वेळेवरच्या नियंत्रणामुळे येतं आणि ते नियंत्रण आर्थिक शिस्तीतून येतं.

आजचा निर्णय, उद्याची वेळ

आज तुम्ही गुंतवणूक केली, कर्ज कमी केलं, खर्चावर नियंत्रण ठेवलं तर उद्या तुमच्याकडे जास्त वेळ असेल. आज तुम्ही दिखाऊपणासाठी खर्च केला, कर्ज वाढवलं, आर्थिक निर्णय टाळले तर उद्या कर्जाचा ताण असतो. वेळ आणि पैसा एकमेकांशी घट्ट जोडलेले आहेत.

आयुष्याचा खरा हिशेब

शेवटी, कोणीही असं म्हणत नाही, " अरेरे... अजून थोडा पैसा कमावला असता."

पण अनेक जण म्हणतात,

"अरेरे... थोडा जास्त वेळ दिला असता तर..."

"अरेरे... तेव्हा थांबलो असतो तर..."

"अरेरे... आयुष्य वेगळं जगलो असतो तर ..."

हा पश्चात्ताप टाळायचा असेल, तर आजच वेळेचा सदुपयोग करा. पैसा वाढवता येतो. संधी परत येतात. पण **वेळ एकदाच मिळतो.** श्रीमंतीचा खरा अर्थ पैशात नाही, तर वेळेवर असलेल्या नियंत्रणात आहे.

केल्याने होत आहे, आधी केलेची पाहिजे! आजपासून हे कराच!

१. तुमचा वेळ नेमका कुठे खर्च होतो, हे लिहून ठेवा. तुमच्या २४ तासांचा हिशोब लिहून ठेवा.

२. पैसा कमवण्यासाठी आपण आपला वेळ कुठे विकतो आहे आणि कुठे विकत घेतो आहे, ते लिहा.

प्रकरण ४

खर्चाचे व्यवस्थापन

"पैसे कुठे जातात कळतच नाही... महिन्याच्या सुरुवातीला सगळं ठीक असतं, पण शेवटी हातात काही उरत नाही."

ही वाक्यं ऐकली की मला एक गोष्ट नेहमी आठवते, **समस्या पैशांची नसते, समस्या 'खर्चाचे व्यवस्थापन' असते.** यालाच खर्चाचा मागोवा म्हणता येईल. खर्च जर लक्षात ठेवला नाही, तर तो नकळत आयुष्यावर नियंत्रण मिळवतो आणि जेव्हा खर्चावर आपलं नियंत्रण राहत नाही, तेव्हा श्रीमंतीची दिशा चुकते.

खर्चाचे व्यवस्थापन म्हणजे काय?

खर्चाचे व्यवस्थापन म्हणजे,

- प्रत्येक रुपयाची चौकशी करणं नव्हे.
- प्रत्येक खर्चावर अंकुश लावणं नव्हे.

खर्चाचे व्यवस्थापन म्हणजे, पैसा कुठे जातो, याची जाणीव ठेवणं.

- किती खर्च गरजेचा आहे.
- किती खर्च सवयीमुळे होतो आहे.
- आणि किती खर्च नकळत होतो आहे.

ही स्पष्टता आली, की खर्च आपोआपच आवश्यक तेवढाच होतो.

खर्चावर नियंत्रण का राहत नाही?

बहुतेक लोक खर्चावर नियंत्रण ठेवू शकत नाहीत कारण,

- प्रत्येक खर्चाची नोंद केली जात नाही.
- डिजिटल पेमेंटमुळे पैसे जात आहेत याची जाणीव होत नाही.
- छोट्या खर्चाच्या वेळी, 'थोडेच आहेत' असं वाटून खर्च केला जातो.
- महिन्याच्या शेवटीच हिशेब पाहिला जातो.
  पण तेव्हा उशीर झालेला असतो.

खर्च लिहिणं का महत्त्वाचं आहे?

खर्च लिहिणं ही सवय सगळ्यात प्रभावी आहे. लिहिलेला खर्च उघडउघड दिसतो. तो लपून राहत नाही. वास्तव समोर येतं. जे लोक खर्च लिहायला सुरुवात करतात, त्यांचा खर्च आपोआप १०–१५% कमी होतो. कारण तो बघून जाणीव येते.

नेहमीचा बहाणा : मला वेळ नाही

"इतका वेळ कुणाकडे आहे?" हा प्रश्न अनेक जण विचारतात. पण, दिवसातून पाच मिनिटं खर्च लिहायला पुरेशी असतात. आपण सोशल मीडियासाठी ३० मिनिटं देतो पण खर्च पाहायला वेळ नाही म्हणतो! प्राधान्य कशाला द्यायचे ते ठरवा!

खर्चाचे प्रकार ओळखा

खर्चाची तपासणी करायची असेल, तर खर्चाचे गट करायला हवेत.

- **गरजेचा :** घरभाडं, वीज, पाणी, अन्न, शिक्षण. हा न टळणारा खर्च.
- **सोयीसाठीचा :** बाहेरचं खाणं, ओटीटी, गाडी. हा कमी-जास्त करता येतो.
- **दिखाऊपणासाठीचा :** लोकांना दाखवण्यासाठीचा, हा सर्वांत धोकादायक.
  हा फरक लक्षात आला, की खर्चावर नियंत्रण मिळवणं सोपं होतं.

खर्चाचा मागोवा म्हणजे बंधन नव्हे

अनेकांना वाटतं, खर्चाची तपासणी केली, की आयुष्य बंदिस्त होईल. खरं तर, खर्चाची तपासणी म्हणजे **स्वातंत्र्याचा मार्ग** आहे. कारण,

- नको त्या ठिकाणी खर्च होत नाही.
- गरजेच्या गोष्टी करण्यासाठी तुम्ही मोकळे राहता.
- भविष्यासाठी पैसे शिल्लक राहतात.

डिजिटल खर्चाचं व्यसन

यूपीआय, कार्ड, वॉलेट, यांद्वारे पैसे देणं फार सोपं आहे. यामुळेच, पैसा जातोय याची जाणीव कमी झाली आहे. यावरचा उपाय आहे, खर्चाची तपासणी. आठवड्यातून एकदा डिजिटल स्टेटमेंट पाहा, खूप धक्कादायक गोष्टी लक्षात येतील.

महिनाअखेरीचा हिशेब का महत्त्वाचा?

महिन्यानाअखेरीला किती कमावलं, किती खर्च झाला आणि कुठे जास्त खर्च झाला, हे पाहणं फार गरजेचं आहे. हा हिशेब दोष काढण्यासाठी नाही, तर **सुधारण्यासाठी** असतो.

खर्च कमी कसा करायचा?

खर्च कमी करण्यासाठी, सगळं बंद करायची गरज नाही किंवा आनंद सोडायची गरज नाही. फक्त गरजेचा आणि अनावश्यक खर्च ओळखा, काही छोट्या सवयी बदला आणि एकदोन खर्च कमी करा.

खर्चाचे व्यवस्थापन आणि गुंतवणूक

खर्चावर नियंत्रण आलं, की गुंतवणूक आपोआप सुरू होते. कारण, गुंतवणूक करण्यासाठी पैसा कमवावा लागत नाही, तो वाचवावा लागतो.

खर्चावर लक्ष म्हणजे स्वतःवर लक्ष

खर्चावर लक्ष म्हणजे स्वतःच्या आयुष्यावर लक्ष देणं. कारण पैसा आपल्या निर्णयांचं प्रतिबिंब असतो. जसा विचार, तसा खर्च. पैसा सांभाळायचा असेल, तर त्याची तपासणी करायलाच हवी. जिथे लक्ष दिलं जातं, तिथलाच पैसा टिकतो.

केल्याने होत आहे, आधी केलेची पाहिजे! आजपासून हे कराच!

तुमच्या खर्चाची विभागणी खालीलप्रमाणे करा आणि ते लिहून काढा.

१. गरजेचा खर्च

२. सुखसोयींवर केलेला खर्च

३. भपक्यासाठी केलेला खर्च

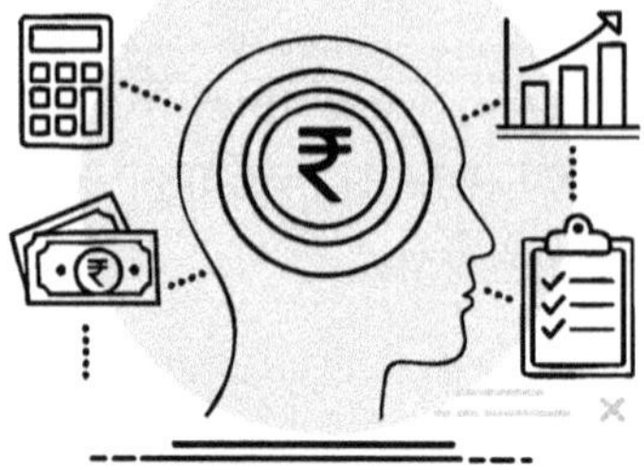

प्रकरण ५

महिना अखेरपर्यंत पैसे कसे पुरवाल?

"महिन्याच्या १५ तारखेपर्यंत सगळं ठीक असतं... पण शेवटचे १०–१२ दिवस फार अवघड जातात." हे वाक्य किती ओळखीचं वाटतं ना? महिन्यांचा पहिला आठवडा पगार मिळाल्याने बरा जातो. थोडं बाहेर खाणं, थोडी खरेदी, काही बिलं देणे वगैरे गोष्टी होतात. दुसरा आठवडाही तसाच निघून जातो आणि मग अचानक लक्षात येतं, '**पैसे कमी पडत आहेत.**'

तेव्हा कार्डचा वापर आणि उधारी सुरू होते किंवा 'हे पुढच्या महिन्यात करू,' हा विचार सुरू होतो. हा प्रश्न कमी उत्पन्नाचा नाही, तो संतुलनाचा आहे. पैसे पुरत नाहीत याचा खरा अर्थ बहुतेक लोक म्हणतात, "पैसे पुरत नाहीत." पण वस्तुस्थिती अशी असते, की पैसे योग्य पद्धतीने विभागलेले नसतात.

महिन्याच्या सुरुवातीलाच,

- काही खर्च जास्त होतात.
- काही खर्च लक्षातच येत नाहीत.
- आणि शेवटी गरजेच्या गोष्टींसाठी कमी पडतात.

म्हणजे पैसे कमी पडत नाहीत, व्यवस्थापन कमी पडतं.

महिना म्हणजे एक संपूर्ण प्रवास

आर्थिकदृष्ट्या महिन्याचे तीन टप्पे असतात. सुरुवात, मध्य आणि शेवट! या तिन्ही टप्प्यांसाठी पैशांचा वेगळा विचार व्हायला हवा. सगळे पैसे पहिल्या टप्प्यात जो खर्च करतो, तो शेवटच्या टप्प्यात अडचणीत येतो.

पहिली चूक : पगार आल्यानंतर मोकळेपणा

पगार आला की मन नकळत सैलावतं. आपल्याला वाटतं, "आता पैसे आहेत... थोडा खर्च झाला तरी चालेल."

त्यामुळे याच टप्प्यावर आपली क्षमता विसरून, अनावश्यक खर्च होतो आणि मोठी खरेदी होते. महिन्याच्या सुरुवातीच्या या मोकळेपणामुळे महिन्याच्या शेवटी ताण येतो.

महिन्याची सुरुवात कशी करावी?

महिन्याची सुरुवात खर्चाने नाही, **विभागणीने** करावी.

पगार आला की त्याचे,

१. गुंतवणूक
२ स्थिर खर्च
३. अनपेक्षित खर्च
४. संकटकालीन खर्च

या चार गोष्टींसाठी वेगळे भाग केले, की पैसे पुरायला लागतात.

स्थिर खर्च ओळखा

स्थिर खर्च म्हणजे, जे दर महिन्याला ठरलेले असतात.

- किराणा, भाज्या, फळं, दूध इ.
- घरभाडं / ईएमआय,
- वीज, पाणी, पेट्रोल,
- मोबाइल, इंटरनेट,
- शाळा फी,

हा खर्च आधी बाजूला काढला की पुढचं चित्र स्पष्ट होतं. हा खर्च लपलेला नसतो, पण अनेक वेळा दुर्लक्षित असतो.

बदलत्या खर्चावर नियंत्रण

बदलता खर्च म्हणजे,

- बाहेरचं खाणं,

- खरेदी,
- सण समारंभ,

हा खर्च वाढला, की महिना कोलमडतो. म्हणून बदलत्या खर्चासाठी एक मर्यादा ठरवणं खूप महत्त्वाचं आहे. मर्यादा म्हणजे बंदी नाही, ती दिशा आहे.

मधल्या टप्प्याची शहाणी भूमिका

महिन्याच्या मधोमध थोडा आढावा घ्यायला हवा.

- किती खर्च झाला?
- किती पैसे उरले?
- कुठे जास्त खर्च झाले?

हा छोटाशा आढाव्यामुळे महिन्याचा शेवटचा टप्पा सुरक्षित होतो. बहुतेक लोक हा टप्पा वगळतात आणि अडचणींत येतात.

शेवटचे दिवस का अवघड जातात?

कारण पैसे आधीच खर्च झालेले असतात, सगळंच नियोजन सुरुवातीला झालेलं नसतं आणि काही खर्च पुढे आ वासून उभे राहिलेले असतात. जर शेवटचे ५–७ दिवस काही पैसे बफर म्हणून ठेवले, तर ताण खूप कमी होतो.

बफर म्हणजे काय?

बफर म्हणजे कोणत्याही खर्चासाठी न वापरता फक्त छोट्याछोट्या अडचणींसाठी ठेवलेली रक्कम.

- अनपेक्षित औषधपाणी,
- अनपेक्षित पाहुणे,
- अनपेक्षित दुरुस्ती,

बफर नसला, तर या गोष्टींसाठी उधारी करावी लागते. बफर असेल, तर महिना सांभाळता येतो.

कार्डवापर म्हणजे उपाय नाही

महिनाअखेरीला पैसे संपलेले असतात. त्या वेळी कार्ड वापरणं हा योग्य उपाय वाटतो. पण त्यामुळे ती समस्या पुढच्या महिन्यावर ढकलली जाण्यापलीकडे

काहीही होत नाही. पुढचा महिना सुरू होतो, तो जुना बोजा घेऊनच. म्हणून कार्ड हा शेवटचा पर्याय असावा, पहिला नव्हे.

छोटे बदल, मोठा फरक

महिनाअखेरीपर्यंत पैसे पुरवायचे असतील, तर फार मोठे त्याग करायची गरज नसते. फक्त, अनावश्यक खर्च ओळखले, एकदोन सवयी बदलल्या आणि खर्च आधीच ठरवलेले असले की फरक दिसतो.

मानसिकतेचा मोठा वाटा

महिनाअखेरीचा ताण फक्त आर्थिक नसतो, तो मानसिकही असतो. 'पैसे कमी पडणार' या भीतीमुळे निर्णय चुकतात. पण जर योग्य नियोजन असेल, तर भीती कमी होते.

संतुलन म्हणजेच आर्थिक शहाणपण

महिनाअखेरीपर्यंत पैसे पुरवणं ही फार मोठी कला नाही. ती एक सवय आहे. आधी खर्च विभागणी करा, दोन आठवड्यांनी आढावा घ्या, महिनाअखेरीला बफर जवळ ठेवा! हा क्रम पाळला, की संपूर्ण महिना तुमच्या ताब्यात राहतो, तुम्ही त्याच्या नाही. महिनाअखेरीला पैसे संपणं, हे नशीब नाही. ते नियोजनाचं अपयश असतं.

आर्थिक नियोजन बदला, महिना आनंदात जाईल!

केल्याने होत आहे, आधी केलेची पाहिजे! आजपासून हे कराच!

१. महिन्याच्या १५ तारखेला छोटा आर्थिक आढावा घ्या.
२. प्रत्येक महिन्यासाठी थोडी रक्कम बाजूला काढून ठेवा.
३. कोणत्याही अपेक्षित, अनपेक्षित खर्चाची रक्कम लिहून ठेवा.

प्रकरण ६

५० – ३० - २० नियम

“खर्च कसा आटोक्यात ठेवायचा तेच कळत नाही... बचत करायची आहे, पण महिनाअखेरीला काही उरत नाही.” हे वाक्य आपण आधीही ऐकलं आहे आणि कदाचित स्वतःही बोललो आहोत. पैशांचं नियोजन फार गुंतागुंतीचं असायलाच हवं असं नाही. कधी कधी **एक साधा, स्पष्ट नियम** आर्थिक गोंधळ दूर करू शकतो.

असाच एक नियम म्हणजे ५० - ३० - २० नियम.

५० - ३० - २० नियम म्हणजे नेमकं काय?

हा नियम तुमच्या उत्पन्नाला तीन सोप्या भागांत विभागतो,

- ५०% : गरजेचा खर्च,
- ३०% : मजा,
- २०% : बचत व गुंतवणूक,

हा नियम बंधन घालण्यासाठी नाही, तर **संतुलन निर्माण करण्यासाठी** आहे.

५०% : गरजेचा खर्च म्हणजे काय?

गरजेचा खर्च म्हणजे ज्याशिवाय आयुष्य चालू शकत नाही असा खर्च.

उदाहरणार्थ :

- घरभाडं / घरकर्ज, ईएमआय,
- वीज, पाणी, गॅस, पेट्रोल,

- किराणा, भाजी,
- शाळा फी,
- आवश्यक प्रवास,

हा खर्च साधारणपणे उत्पन्नाच्या ५०% च्या आत ठेवायचा प्रयत्न असतो. जर हा खर्चच ६०-७०% झाला, तर पुढचे दोन्ही भाग आपोआप बिघडतात.

गरजेचा खर्च वाढतो कधी?

बहुतेक वेळा,

- मोठं घर,
- जास्त ईएमआय,
- क्षमतेपेक्षा वरची जीवनशैली,

यामुळे गरजेचा खर्च फुगतो. मग बचत होतच नाही. ५०% चा नियम आपल्याला प्रश्न विचारायला लावतो, "हे खरंच गरजेचं आहे का?"

३०% : मजा

या भागामुळे सगळी आर्थिक घडी विस्कटते.

मजा म्हणजे,

- बाहेरचं खाणं,
- फिरणं,
- शॉपिंग,
- ओटीटी, मनोरंजन,
- छंद,

हा खर्च चुकीचा नाही. आयुष्य फक्त गरजांवर चालत नाही. पण बऱ्याचदा हाच खर्च नियंत्रणाबाहेर जातो. ३०% मर्यादा, आनंद आणि शिस्त यांचा समतोल ठेवते.

"मग मजा करायची नाही का?"

हा प्रश्न खूप जण विचारतात. हो, नक्की करा. पण मर्यादेत करा. ५० - ३० - २० हा नियम मजा थांबवत नाही, तो मजेला आकार देतो. मर्यादेत केली तरच मजा मिळते, नाहीतर ती सजा ठरते!

२०% : बचत आणि गुंतवणूक

हा सगळ्यात महत्त्वाचा भाग आहे. हा भाग म्हणजे तुमचं भविष्य, सुरक्षितता आणि स्वातंत्र्य!

या २०% मध्ये,

- गुंतवणूक,
- आपत्कालीन निधी,
- दीर्घकालीन योजना,

या सगळ्यांचा समावेश असतो. हा भाग खर्चासाठी नाही, तो स्वतःसाठी असतो. "२०% बचत जमणारच नाही," असा विचार खूप लोक करतात. पण लक्षात ठेवा, ५० – ३० - २० नियम हा मार्गदर्शक आहे, कायद्याचा नियम नाही. आज २०% बचत जमत नसेल तर,

- १०% पासून सुरू करा,
- १५% करा,
- हळूहळू २०% पर्यंत या,

महत्त्व सवयीला आहे, अचूक टक्केवारीला नाही.

हा नियम प्रत्यक्षात कसा वापरायचा?

आपल्या इथे

- कौटुंबिक जबाबदाऱ्या जास्त,
- उत्पन्न तुलनेने कमी,
- सामाजिक दबाव मोठा,

म्हणून काहींना ५० - ३० - २० हा नियम थोडा बदलावा लागतो.

उदाहरणार्थ : ५५% गरज, २५% मजा, २०% बचत किंवा ६०% गरज, २५% मजा, १५% बचत

हे **तीनही भाग अस्तित्वात असणं महत्त्वाचं आहे.**

जेव्हा या नियमानुसार आपले उत्पन्न असे विभागलेले असते,

- तेव्हा "मी जास्त खर्च करतोय का?" हा प्रश्न कमी होतो.
- बचत आपोआपच होते.
- अपराधी भावना राहत नाही.

- मानसिक शांतता मिळते.

५० - ३० - २० नियम आणि महिन्याचा ताण

महिनाअखेरीचा ताण बहुतेक वेळा असंतुलनामुळे येतो. हा नियम पाळला तर,

- सुरुवातीलाच खर्चाची मर्यादा ठरते.
- कोणताच गोंधळ कधीही होत नाही.
- महिनाअखेरीला पैसे कमी पडत नाहीत.
  संपूर्ण महिनाभर तुम्ही निर्धास्त राहता.

हा नियम कोणासाठी उपयुक्त आहे?

- पहिल्यांदा आर्थिक नियोजन करणाऱ्यांसाठी,
- खर्च नियंत्रणात न राहणाऱ्यांसाठी,
- बचत सुरू करायची आहे, पण कशी कळत नाही अशांसाठी,

नियम म्हणजे चौकट, तुरुंग नाही!

५० – ३० - २० नियम तुमचं आयुष्य बंदिस्त करत नाही. तो फक्त एक चौकट देतो. त्या चौकटीत तुम्ही तुमचं आयुष्य स्वतःच्या पद्धतीने जगू शकता. पैशांचं व्यवस्थापन हे सापशिडी नसून बुद्धिबळ आहे. ५० - ३० - २० नियम हा त्या खेळातला पहिला डाव आहे.

केल्याने होत आहे, आधी केलेची पाहिजे! आजपासून हे कराच!
पगाराच्या दिवशीच, तुमचं सध्याचं उत्पन्न ५०- ३०- २० मध्ये विभागा.

प्रकरण ७

बचत करण्यासाठी कुठल्याही कारणाची गरज नाही

"आत्ता कशाला बचत?"
"लग्न झालं की बघू."
"घर घेतल्यावर सुरू करू."
"पगार वाढला की बचत करीन."

ही वाक्यं आपण सहज बोलतो आणि प्रत्येक वेळी बचत थोडी पुढे ढकलतो. पण एक गोष्ट लक्षात ठेवा, बचत करण्यासाठी कारण शोधावं लागतंय, याचाच अर्थ आपण बचत करत नाहीये. खरं सांगायचं तर, बचत करण्यासाठी कुठल्याही खास कारणाची गरज नसते. बचत सुरू करा, नंतर हजारो कारणं मिळतीलच!

बचत म्हणजे काय? आणि काय नाही? एक गैरसमज दूर करू या. बचत म्हणजे फक्त बँकेत पैसे ठेवणं नव्हे किंवा खर्च न करणं नव्हे किंवा आयुष्य जगणं थांबवणं नव्हे! बचत म्हणजे **उत्पन्नाचा काही भाग उद्याच्या सुरक्षिततेसाठी बाजूला ठेवणं.** ही सवय आयुष्याला स्थैर्य देते.

एक चुकीची मानसिकता : कारण असेल तेव्हाच बचत करणे.

काही लोक म्हणतात, "एखादं ध्येय असेल, तेव्हा बचत करीन." पण आयुष्यात फक्त ध्येयच नसतात, अनपेक्षित घटनाही असतात.

- आजारपण,

- नोकरी जाणं,
- कौटुंबिक जबाबदारी,
- कोणतीही दुर्घटना,

या सगळ्यांसाठी आधीपासून बचत असणं गरजेचं असतं. कारण सापडलं की बचत सुरू करणं, हा मूर्खपणा आहे. आग लागल्यानंतर विहीर खणायला घेतली तर काय होईल?

बचत म्हणजे स्वसंरक्षण

बचत ही लक्झरी नाही, ती स्वसंरक्षणाची ढाल आहे. ज्या माणसाकडे थोडी तरी बचत आहे तो,

- निर्भय राहतो.
- घाईघाईत निर्णय घेत नाही
- चुकीच्या कर्जात अडकत नाही

बचत माणसाला आतून मजबूत बनवते.

एक उनाड दृष्टिकोन : आजचा दिवस जगायचा आहे.

आज जगणं महत्त्वाचं आहेच पण उद्याचा विचार न करणं हा अविचार आहे. बचत आजचा आनंद हिरावून घेत नाही, ती उद्याचा आनंद सुरक्षित करते. खरं संतुलन म्हणजे आज जगणं आणि उद्यासाठी तयार राहणं.

बचत आणि आत्मसन्मान

एक सत्य हे आहे, की **बचतीमुळे आत्मसन्मान मिळतो.**

- कुणाकडे हात पसरावा लागत नाही.
- अचानक संकट आले तरी तडजोड करावी लागत नाही.
- स्वतःच्या निर्णयांवर विश्वास ठेवता येतो.

ही भावना पैशांपेक्षा मौल्यवान असते.

एक अडथळा : माझं उत्पन्न कमी आहे

खूप लोक म्हणतात, “आमचं उत्पन्नच कमी आहे, बचत कशी करणार?” पण अनुभव सांगतो, उत्पन्न कमी असताना सुरू केलेली बचत पुढे मोठं संरक्षण बनते.

बचतीत रक्कम नाही, तर **शिस्त महत्त्वाची असते.** १००० रुपये बाजूला ठेवणं ० रुपयांपेक्षा केव्हाही चांगलं!

बचत नसेल तर काय होतं?

बचत नसेल, तर

- छोट्या अडचणी मोठ्या वाटतात.
- प्रत्येक खर्चाच्या वेळी ताण येतो.
- कार्ड, उधार, कर्ज हे पर्याय वाटायला लागतात.

आणि हळूहळू स्वातंत्र्य कमी होतं. बचत नसणं म्हणजे स्वतःला असुरक्षित ठेवणं.

बचत कधी सुरू करावी?

उत्तर सोपं आहे : **आज.**

लग्नानंतर, मुलं झाल्यावर किंवा पगार वाढल्यानंतर नव्हे!

बचत आज सुरू केली, तर उद्याच फरक दिसतो. ती उद्या सुरू केली, तर आजचा वेळ वाया गेलेला असतो. तो परत मिळत नाही!

बचत आयुष्याला समृद्ध बनवते

बचत एखाद्या योजनेवर अवलंबून ठेवली किंवा अमुक कारणांसाठी करायची ठरवली, तर ती कधीच नियमित होत नाही. कारण ती योजना किंवा ते कारण थांबू किंवा संपू शकते. त्या योजनेसाठी किंवा त्या कारणासाठीच बचत करत असाल, तर त्यामुळे तीही आपोआप थांबते. पण बचत जर पगार आल्याबरोबर, ऑटोमॅटिक, कोणत्याही कारणाशिवाय करत असाल, तर तिचा उपयोग आयुष्यभर विविध गोष्टींसाठी रोज होत राहतो.

बचत आणि मानसिक शांतता

बचत असलेला माणूस अधिक शांत असतो, कमी घाबरतो, जास्त विचारपूर्वक निर्णय घेतो. पैसा कमी असतानाही त्याचं मन स्थिर राहतं. हीच खरी श्रीमंती आहे.

बचत म्हणजे संधीची तयारी

बचत फक्त संकटासाठी नसते. ती संधीसाठीही असते.

- नवीन कोर्स,
- व्यवसायाची संधी,
- गुंतवणुकीचा योग्य क्षण,

ज्याच्याकडे बचत आहे, तो संधी ओळखू शकतो. उरलेले फक्त बघत बसतात.

सगळ्यात मोठा धोका : नंतर करीन!

नंतर हा शब्द आर्थिक आयुष्याचा सगळ्यात मोठा शत्रू आहे. नंतर म्हणजे कधीच नाही. बचत नंतर सुरू होत नाही, ती आत्ताच सुरू होते. बचत ही श्रीमंतीची सुरुवात असते आणि तिच्यासाठी, **कुठल्याही कारणाची गरज नसते.**

केल्याने होत आहे, आधी केलेची पाहिजे! आजपासून हे कराच!

आत्तापर्यंत ज्या ज्या आर्थिक गोष्टी तुम्ही पुढे ढकलल्या आहेत, त्यांची यादी करा. त्या प्रत्यक्षात आणण्यासाठी त्यांचा प्राधान्यक्रम ठरवा.

प्रकरण ८

शिस्त : बचतीची आणि गुंतवणुकीची

"मला सगळं माहिती आहे... पण माझ्याच्यानी होत नाही."

हे वाक्य आर्थिक बाबतीत खूप लोक बोलतात. बचतीचं महत्त्व माहिती आहे, गुंतवणुकीची गरजही कळली आहे पण प्रत्यक्षात सातत्य राहत नाही. कारण इथे ज्ञान कमी नसतं, तर **शिस्त कमी असते.** आर्थिक आयुष्यात शिस्त ही प्रेरणेपेक्षा जास्त महत्त्वाची असते.

शिस्त म्हणजे काय? आणि काय नाही?

शिस्त म्हणजे स्वतःला त्रास देणं,आयुष्य नीरस करणं किंवा प्रत्येक गोष्टीवर बंधन घालणं नव्हे! शिस्त म्हणजे, **स्वतःसाठी ठरवलेले नियम स्वतः प्रामाणिकपणे पाळणं.** ही शिस्त बाहेरून लादलेली नसावी, ती आतून स्वीकारलेली असावी.

बचत शिस्तीशिवाय का टिकत नाही?

भावनेमुळे केलेली बचत तुटते. आज मनात आलं, तर बचत होते. उद्या खर्चाची इच्छा झाली, तर थांबते. पण शिस्तीने केलेली बचत कोणत्याही मनःस्थितीत, पगार झाल्याझाल्या केलीच जाते. ही सातत्याची ताकद हळूहळू मोठा फरक निर्माण करते.

गुंतवणुकीत शिस्त का महत्त्वाची आहे?

फक्त एकदोन वेळा पैसा गुंतवून काहीही होत नाही. गुंतवणूक दरमहा, सातत्याने करायला हवी. शेअरबाजार चढला तरी, पडला तरी करायला हवी. हे व्यायामासारखे

आहे. एकदोन जोर मारून किंवा एकदोन दिवस जीमला जाऊन काही उपयोग होतो का? भावनेने गुंतवणूक केली तर शेअरबाजार वर जात असताना हाव सुटते. शेअरबाजार खाली जाताना भीती वाटते. शिस्त या दोन्ही भावनांवर नियंत्रण ठेवते.

शिस्त नसेल तर काय होतं?

- बचत सुरू होते, पण थांबते.
- गुंतवणूक सुरू होते, पण बंद होते.
- निर्णय घेतले जातात, पण टिकत नाहीत.

मग स्वतःचाच राग येतो आणि 'हे आपल्याला जमत नाही,' असा भ्रम तयार होतो. खरं तर आपल्याला जमत नाही असं नसतं, आपण स्वतःला **शिस्त लावलेली नसते इतकंच.**

शिस्त म्हणजे मोठे निर्णय नव्हेत

शिस्त छोट्या सवयींमधून लागते.

- पगार आला की आधी बचत करणे.
- खर्च मर्यादित ठेवणे.
- कोणत्याही परिस्थितीत गुंतवणूक न थांबवणे.
- दर महिन्याला गुंतवणुकींचा आढावा घेणे.

या सवयी छोट्या आहेत पण त्यांचा परिणाम मोठा होतो.

ऑटोमेशन : शिस्तीचा सोपा मार्ग

- ऑटो डेबिट बचत,
- एसआयपी ऑटोमॅटिक,
- बिल्स ऑटो पे,

यामुळे, विसरत नाही, भावनांचा हस्तक्षेप होत नाही आणि सातत्य टिकतं.

शिस्त आणि आत्मविश्वास

शिस्तीचा एक मोठा फायदा म्हणजे, आत्मविश्वास. जेव्हा तुम्ही नियमित बचत करत असता, तुम्ही गुंतवणूक थांबवत नसता, तेव्हा -

- तुम्ही निर्णय शांतपणे घेऊ शकता.
- तुमचा आत्मविश्वास वाढतो.
- तुमचा आर्थिक ताण कमी होतो.

एक धोकादायक सवय : कधीतरी करू!

आज थोडं काम टाळलं, उद्या भरून काढू, हा विचार खूप आकर्षक असतो. पण हा विचार गुंतवणुकीत चालत नाही. इथे आजची गुंतवणूक आजच करावी लागते. इथे शिस्त नसेल, तर नुकसान होते. पुन्हा सवय लावणंही कठीण जातं. म्हणून गुंतवणुकीच्या शिस्तीत 'कधीतरी' नसतं, फक्त 'नेहमी' असतं.

शिस्त आणि स्पष्टता : दोन्ही महत्त्वाचे!

आपल्या उत्पन्नाचा विचार करून, आपण शांतपणे, कोणताही त्रास न होता, दरमहा किती रक्कम गुंतवू शकतो, याची कल्पना येणं म्हणजे स्पष्टता. ही रक्कम दरमहा, न चुकता, वेळेत गुंतवली जाणं म्हणजे शिस्त! अवास्तव अपेक्षा ठेवली, तर शिस्त टिकत नाही. वास्तव स्वीकारलं, तर शिस्त सहज टिकते.

शिस्त आणि दीर्घकालीन श्रीमंती

वर्षानुवर्षाची गुंतवणूक आणि शिस्तीमुळे श्रीमंती येते. एका फटक्यात मिळालेला पैसा बहुतेकदा टिकत नाही. शिस्तीतून आलेली श्रीमंती पिढ्यानपिढ्या टिकते.

स्वतःशी केलेला करार

शिस्त म्हणजे स्वतःशी केलेला करार. 'मी माझ्या भविष्यासाठी आज थोडं बाजूला ठेवीन.' हा करार मोडला नाही, तर आयुष्य बदलतं. श्रीमंतीचा पाया फक्त ज्ञानाने नाही, तर शिस्तीने घातला जातो. बचत आणि गुंतवणूक दोन्ही टिकवायच्या असतील, तर शिस्तीला पर्याय नाही.

केल्याने होत आहे, आधी केलेची पाहिजे! आजपासून हे कराच!

महिन्यातून एकदा तुमचा संपूर्ण आर्थिक आढावा घ्या.

प्रकरण ९

वेल्थ रेकॉर्ड बुकचे महत्त्व
(तुमच्या आर्थिक आरोग्याची तपासणी)

आपल्याला औषधे देण्यापूर्वी, कोणत्याही निष्कर्षाला येण्यापूर्वी डॉक्टर आपल्याला काही तपासण्या करायला सांगतात. त्याशिवाय आरोग्य कसे आहे, ते कळतच नाही. आता मला सांगा, **तुमच्या आर्थिक आरोग्याची तपासणी तुम्ही केली आहे का?** बहुतेक लोक इथेच थांबतात. कारण पैशांची तपासणी करणं आपल्याला सवयीचं नसतं. याच ठिकाणी वेल्थ रेकॉर्ड बुक फार महत्त्वाचं ठरतं.

वेल्थ रेकॉर्ड बुक म्हणजे नेमकं काय?

वेल्थ रेकॉर्ड बुक म्हणजे डायरी, अकाउंट बुक किंवा गुंतागुंतीचं एक्सेल शीट नव्हे! तर ते आहे, तुमच्या संपूर्ण आर्थिक आयुष्याचं आरसपानी प्रतिबिंब.

- उत्पन्न
- खर्च
- बचत
- गुंतवणूक
- कर्ज
- विमा
- उद्दिष्टे

वेल्थ रेकॉर्ड बुकमध्ये या गोष्टी एकाच ठिकाणी दिसतात. हे सगळं एकत्र पाहिलं की चित्र स्पष्ट होतं.

एक मोठा भ्रम : सगळं माझ्या डोक्यात आहे!

खूप लोक म्हणतात, "मला माहिती आहे, सगळं माझ्या डोक्यात आहे."

पण डोक्यात असलेली माहिती अस्पष्ट असते.

- ती आठवणींवर अवलंबून असते.
- भावना बदलल्या की बदलते.
- आणि बऱ्याचदा विस्कटते.

लिहिलेली माहिती मात्र,

- स्पष्ट असते.
- वस्तुनिष्ठ असते.
- आणि निर्णय घेण्यासाठी उपयुक्त असते.

आर्थिक आरोग्य तपासणी का गरजेची आहे?

शरीरात ताप, साखर, बीपी हे मोजलं जातं.

तसंच आर्थिक आयुष्यात,

- बचत किती आहे?
- गुंतवणूक कुठे आहे?
- कर्ज किती आहे?
- विमा पुरेसा आहे का?

हे मोजल्याशिवाय आर्थिक आरोग्य कळत नाही. वेल्थ रेकॉर्ड बुक ही तपासणी सोपी करते.

वेल्थ रेकॉर्ड बुक नसल्याने काय होतं?

जेव्हा आर्थिक नोंद नसते,

- एकूण संपत्ती किती आहे हे कळत नाही.
- कर्जाचं ओझं लक्षात येत नाही.
- गुंतवणूक विखुरलेली राहते.

- निर्णय अंदाजाने घेतले जातात.

आणि मग 'इतकं कमावूनही हाती काहीच नाही,' असं वाटायला लागतं.

वेल्थ रेकॉर्ड बुकमध्ये काय असायला हवं?

- **उत्पन्नाची नोंद :** पगार, व्यवसाय, भाडं, सगळे स्त्रोत स्पष्ट.
- **खर्चाचा सारांश :** महिन्याचा सरासरी खर्च.
- **बचत आणि गुंतवणूक :** एफडी, म्युच्युअल फंड्स, पीपीएफ, इतर गुंतवणूक.
- **कर्जाची माहिती :** ईएमआय, व्याजदर, शिल्लक रक्कम.
- **विमा तपशील :** जीवन विमा, आरोग्य विमा, किती, कुठे, का इ.
- **आर्थिक उद्दिष्टे :** लघु, मध्यम, दीर्घकालीन.

हे सगळं एका ठिकाणी असेल, तर आर्थिक चित्र स्पष्ट दिसतं.

वेल्थ रेकॉर्ड बुक म्हणजे भीती नव्हे!

अनेकांना वाटतं "सगळं लिहिलं तर भीती वाटेल." खरं तर अस्पष्टतेमुळे भीती वाटते, स्पष्टतेमुळे नाही. जेव्हा सगळं समोर दिसतं,

- प्रश्न स्पष्ट होतात.
- उपाय सापडतात.
- आणि नियंत्रणाची भावना येते.

दरवर्षीची आर्थिक तपासणी

डॉक्टर वर्षातून एकदा तरी तपासणी करायला सांगतात. तसंच, वेल्थ रेकॉर्ड बुक वर्षातून एकदा अपडेट केलं, तर फार मोठा फरक पडतो. कोणत्या गुंतवणुकी वाढल्या, कोणत्या कमी झाल्या हे बघून कुठे सुधारणा हवी आहे, ते ठरवता येतं. हा आढावा पुढच्या वर्षाची दिशा ठरवतो.

कुटुंबासाठीही हे महत्त्वाचं का आहे?

जर उद्या तुम्ही उपलब्ध नसाल, तर

- तुमच्या गुंतवणुकीची माहिती कोणाकडे आहे?
- कर्जाची जबाबदारी कोणावर आहे?

- विम्याचा दावा कसा करायचा?

ही उत्तरे वेल्थ रेकॉर्ड बुकमध्ये असतात. त्यामुळे ही फक्त तुमची नाही तर, **तुमच्या कुटुंबाचीही सुरक्षा आहे.**

डिजिटल की वही?

हे तुमच्यावर अवलंबून आहे. वही चालेल, फाइल चालेल किंवा डिजिटल डॉक्युमेंटही चालेल. महत्त्वाचं आहे, **नोंद असणं.** या नोंदी सोप्या शब्दांत करा आणि नियमितपणे करा.

वेल्थ रेकॉर्ड बुक आणि आत्मविश्वास

जेव्हा तुमच्याकडे स्वतःच्या आर्थिक आयुष्याची संपूर्ण नोंद असते, तेव्हा तुम्हाला कोणताही निर्णय घ्यायची भीती वाटत नाही, तुम्हाला आत्मविश्वास येतो. हा आत्मविश्वास तुमच्या श्रीमंतीचा पाया आहे.

आज सुरुवात करणं का गरजेचं आहे?

आज नाही तर कधी? आर्थिक आयुष्य आपोआप व्यवस्थित होत नाही. ते नोंदीतून आणि जाणिवेतून घडतं. वेल्थ रेकॉर्ड बुक ही त्या प्रवासाची सुरुवात आहे. शरीराची तपासणी केल्याने आजार टळतात. **आर्थिक तपासणी केल्याने अडचणी टळतात.** वेल्थ रेकॉर्ड बुक हा तुमच्या श्रीमंतीचा एक्स रे आहे, तो काढाच!

केल्याने होत आहे, आधी केलेची पाहिजे! आजपासून हे कराच!

१. आर्थिक सल्लागारासमवेत बसून तुमचे वेल्थ रेकॉर्ड बुक तयार करा.

२. कुटुंबातील एका व्यक्तीला या नोंदींबद्दल माहिती द्या.

भाग ४

कर्ज, कार्ड आणि आर्थिक सापळे

प्रकरण १

क्रेडिट कार्ड : चांगलं की वाईट?

"क्रेडिट कार्ड घेतलं आहे, पण वापरायला भीती वाटते."

"क्रेडिट कार्डमुळेच माझा खर्च वाढला."

"कार्ड नसेल तर आजकाल चालतच नाही."

क्रेडिट कार्डबद्दल नेहमी दोन टोकांची मतं असतात, कोणासाठी ते फार उपयोगी असतं किंवा कोणासाठी ते आर्थिक सापळा असतं. मग प्रश्न असा येतो, क्रेडिट कार्ड खरंच वाईट आहे का? की ते वापरण्याची पद्धत चुकीची आहे?

क्रेडिट कार्ड म्हणजे नेमकं काय?

क्रेडिट कार्ड म्हणजे, **बँकेचा पैसा ठरावीक कालावधीसाठी वापरण्याचे साधन.** तो तुमचा पैसा नसतो, तो उधार असतो. कार्डद्वारे आज पैसे खर्च करायचे, पुढच्या बिलिंग सायकलमध्ये त्यांची परतफेड करायची. पैसे जर वेळेत भरले, तर व्याज भरायचे नाही. उशीर झाला, तर मात्र प्रचंड व्याज भरावे लागते. ही साधी रचना न समजल्यामुळेच क्रेडिट कार्ड धोकादायक वाटायला लागतं.

क्रेडिट कार्ड वाईट का वाटतं?

क्रेडिट कार्ड वाईट वाटण्याचे एकमेव कारण आहे, ते म्हणजे भरमसाठ, कल्पनातीत व्याज. कार्ड वापरताना 'पैसा जातोय' असं वाटत नाही, ईएमआयमुळे किती पैसे जास्त जातात तेही कळत नाही, मिनिमम ड्यूचा अर्थच कळत नाही; या गोष्टींमुळे

कार्डचा मर्यादेपेक्षा जास्त वापर होतो... आणि तुमच्या नकळत तुम्ही जास्त व्याज उरावर घेता. 'आता घ्या, नंतर भरा,' ही घातक मानसिकता तयार होते, ती वेगळीच!

क्रेडिट कार्डचे फायदे कोणते?

योग्य वापर केला, तर क्रेडिट कार्ड खूप उपयोगी ठरू शकतं.

- **आपत्कालीन मदत :** अनपेक्षित खर्च, औषध, प्रवास, तातडीची गरज या वेळी कार्ड उपयोगी पडतं.
- **कॅशलेस सोय :** पैसे जवळ नसतानाही व्यवहार करता येतो.
- **रेकॉर्ड आणि ट्रॅकिंग :** प्रत्येक खर्चाची नोंद स्टेटमेंटमध्ये मिळते.

म्हणजे, समस्या कार्डची नाही, आपल्या **वागणुकीची** आहे.
खरा धोका कुठे आहे? खरा धोका या गैरसमजातून सुरू होतो.

सगळ्यांत मोठा गैरसमज : मिनिमम ड्यू भरला म्हणजे पुरेसं असतं!

मिनिमम ड्यू भरल्यावर, उरलेल्या रकमेवर व्याज लागतं. ते व्याज ३०-४०% पर्यंत असू शकतं आणि कर्ज हळूहळू वाढत जातं. ही साखळी आपल्या लक्षातही येत नाही.

क्रेडिट कार्ड आणि मानसिक खेळ

रोख पैसे दिल्यावर वेदना जाणवते, कार्ड वापरताना ती वेदना जाणवत नाही. क्रेडिट कार्ड आपल्या मेंदूशी असा खेळ खेळतं. त्या नादात आपण जास्त खर्च करतो. हे जाणूनच कार्ड वापरणं शहाणपणाचं आहे.

क्रेडिट कार्ड वापरण्याचे योग्य नियम

क्रेडिट कार्ड वापरायचंच असेल, तर काही नियम ठरवले पाहिजेत.

- **पूर्ण रक्कम भरा :** नेहमी टोटल ड्यू भरा, मिनिमम ड्यू नाही.
- **मर्यादा स्वतः ठरवा :** बँक जरी मोठी मर्यादा देत असेल, तरी स्वतःसाठी कमी मर्यादा ठेवा.
- **खर्चासाठीच वापरा, जीवनशैलीसाठी नव्हे :** दिसण्यासाठी, स्टेटससाठी कार्ड वापरू नका.

- **ईएमआय विचारपूर्वक स्वीकारा :** वेळेत भरला गेला नाही, तर जबरदस्त भुर्दंड पडतो.

क्रेडिट कार्ड कधी टाळावं?

- जर खर्चावर नियंत्रण नसेल.
- जर नियमित बचत शक्य नसेल.
- जर महिनाअखेरीला पैसे कमी पडत असतील.
- जर मिनिमम ड्यू वरच व्यवहार चालू असेल.

अशा वेळी क्रेडिट कार्ड शत्रूसारखं ठरतं.

क्रेडिट कार्ड आणि क्रेडिट स्कोअर

२०००मध्ये स्थापन झालेली भारत सरकारची एक स्वायत्त संस्था आहे. तिचे नाव आहे 'क्रेडिट इन्फर्मेशन ब्यूरो इंडिया लिमिटेड' म्हणजेच सिबिल. कर्ज घेऊ इच्छिणाऱ्या लोकांसाठीचे मानांकन ही संस्था करते. बाजारात तुमची पत किती आहे, हे साधारणपणे या संस्थेच्या स्कोअरमुळे कळते. तुम्ही आत्तापर्यंत घेतलेली व फेडलेली कर्जे बघून तुम्हाला हा स्कोअर मिळतो. याला सिबिल किंवा क्रेडिट स्कोअर म्हणतात. हा जितका चांगला तेवढी तुमची पत चांगली. ६०० ते ९०० ही त्याची दोन टोके आहेत. तुम्ही आत्तापर्यंत एकदाही कर्ज घेतले नसेल, तर तुमचा सिबिल स्कोअर शून्य असतो. मग भले तुमचे उत्पन्न आणि संपत्ती कितीही असो! तुमचा सिबिल स्कोअर जितका चांगला असेल तेवढी तुम्हाला कर्ज मिळण्याची शक्यता जास्त असते.

तुमच्या क्रेडिट कार्डचे बिल तुम्ही वेळेत भरलं, तर क्रेडिट स्कोअर सुधारतो. उशीर झाला, तर स्कोअर बिघडतो. म्हणजे क्रेडिट कार्ड विश्वास वाढवूही शकतं आणि तोडूही शकतं.

नेहमीचा एक प्रश्न : कार्ड बंद करावं का?

याचं उत्तर सरळ नाही. जर तुम्ही शिस्त पाळू शकत असाल, वेळेत पूर्ण बिल भरत असाल आणि खर्चावर तुमचं नियंत्रण असेल तर कार्ड चालू ठेवा. नसेल तर, कार्ड बंद करा. कार्ड बंद करणं हा पराभव नाही, तो **शहाणपणाचा निर्णय** आहे.

कार्ड आणि श्रीमंती यांचा संबंध

क्रेडिट कार्ड तुम्हाला श्रीमंत बनवत नाही आणि ते वापरल्यामुळे तुम्ही श्रीमंत आहात, असेही कोणाला वाटत नाही. ते तुम्हाला फक्त सोय देऊ शकतं आणि तुमचा वेळ वाचवू शकतं. या पलीकडे काहीही नाही. कार्ड हे पैसे देण्याचे एक साधन आहे, साध्य नाही. कार्ड स्वाइप करण्याआधी, प्रत्येक वेळी हा प्रश्न स्वतःला विचारा,

"हा खर्च मी रोख पैसे असते तरी केला असता का?"

जर उत्तर 'नाही' असेल, तर कार्ड बाजूला ठेवा. क्रेडिट कार्ड चांगलं की वाईट, हा प्रश्न चुकीचा आहे. खरा प्रश्न असा आहे, तुम्ही त्याचे मालक आहात, की ते तुमचं आयुष्य चालवत आहे?

- **ब्रह्मसत्य :** क्रेडिट कार्ड हे तुमच्या सोयीसाठी तयार झालेले नसून काही संस्थांच्या फायद्यासाठी तयार झालेले आहे. त्या संस्था दरवर्षी अब्जावधी रुपये त्या मार्गे मिळवतात!

केल्याने होत आहे, आधी केलेची पाहिजे! आजपासून हे कराच!

१. तुमचे क्रेडिट कार्ड स्टेटमेंट नीट वाचा.

२. मिनिमम ड्यू नव्हे, टोटल ड्यू भरा.

३. कार्ड वापरण्याची स्वतःची मर्यादा ठरवा आणि ती पाळा.

प्रकरण २

ईएमआय परवडतो म्हणजे कर्ज परवडत आहे, असे नाही

"ईएमआय फक्त १२,००० आहे."

"एवढा ईएमआय तर सहज भरता येईल."

"महिन्याला थोडीच रक्कम जाते आहे ना!"

म्हणजेच आपण **ईएमआय पाहतो, पण कर्ज पाहत नाही** आणि इथेच मोठी चूक होते. कारण ईएमआय परवडणं आणि कर्ज परवडणं या दोन पूर्णपणे वेगळ्या गोष्टी आहेत.

ईएमआय म्हणजे काय, हे आधी समजून घ्या.

ईएमआय म्हणजे इक्वेटेड मंथली इंस्टॉलमेंट्स म्हणजेच दर महिन्याला ठरावीक रक्कम देणे.

ईएमआय कमी दिसतो कारण,

- कर्जाचा कालावधी मोठा असतो.
- व्याज हळूहळू जोडलेलं असतं.

पण ईएमआयच्या मागे काय काय लपलेलं असतं?

- एकूण कर्जाची रक्कम,
- एकूण व्याज,

- आणि तुमच्या आयुष्यावर पडणारा दीर्घकालीन परिणाम,

ईएमआय छोट्या आकड्यात दिसतो पण त्याचा प्रभाव फार मोठा असतो.

ईएमआयकेंद्रित विचार कसा फसवतो?

बहुतेक लोक कर्ज घेताना एकच प्रश्न विचारतात, "महिन्याला किती ईएमआय येईल?" पण फार कमी लोक विचारतात,

- मी एकूण किती व्याज भरणार आहे?
- हा ईएमआय किती वर्षे चालणार आहे?
- माझ्या उत्पन्नात घट झाली तर काय होईल?

ईएमआयकेंद्रित विचार करताना तुमचं लक्ष फक्त आत्तावर असतं पण त्या कर्जाचा परिणाम मात्र उद्यावर होतो. कर्ज म्हणजे बांधिलकी असते. कर्ज घेतलं, की पुढील अनेक वर्षं दर महिन्याला ठरावीक रक्कम तुमच्या उत्पन्नातून निघून जाते. ही बांधिलकी नोकरी बदलताना, व्यवसायात चढउतार असताना, आरोग्य बिघडल्यावरही, तुमच्याबरोबरच राहते. कर्ज घेणं म्हणजे भविष्यातील उत्पन्नाचा एक भाग आजच नष्ट करणं.

ईएमआयची संख्या वाढत गेली तर काय होतं?

सुरुवातीला एक ईएमआय घेतला जातो, मग दुसरा, मग तिसरा!

- घराचा ईएमआय
- गाडीचा ईएमआय
- मोबाइलचा ईएमआय
- कार्डचा ईएमआय

एखादा ईएमआय परवडतो पण सगळे ईएमआय मिळून आयुष्य गुदमरवतात. ईएमआय वाढला की बचत थांबते, गुंतवणूक मागे पडते आणि आपत्कालीन तयारी तर दूरच!

ईएमआय आणि उत्पन्न यांचं प्रमाण

एक नियम लक्षात ठेवा, एकूण **ईएमआय उत्पन्नाच्या ३०–३५% पेक्षा जास्त नसावेत.** जर ५०% उत्पन्न ईएमआयमध्ये जात असेल तर तुमचं आर्थिक आयुष्य धोक्यात आहे.

ईएमआय परवडतोय, पण त्याग किती?

ईएमआय भरताना आपण सुट्ट्या, आराम, गुंतवणूक आणि मानसिक शांतता गमावतो. जर ईएमआयसाठी आयुष्य सतत ताणात ठेवावं लागत असेल, तर तो ईएमआय परवडणारा नाही.

कर्ज परवडते आहे का, हे कसं ओळखायचं?

खालील प्रश्न स्वतःला विचारा.

१. ईएमआय भरल्यानंतर बचत करता येत आहे का?
२. उत्पन्न २०–३०% कमी झालं तर ईएमआय भरता येईल का?
३. आपत्कालीन निधी तयार आहे का?
४. हा ईएमआय मला इतर आर्थिक ध्येयांपासून दूर नेत आहे का?

या प्रश्नांची उत्तरं "नाही" असतील, तरच ईएमआय परवडत असतो.

एक सापळा : सगळेच घेतात!

मोबाइल, फर्निचर, प्रवास आणि अगदी किरकोळ वस्तू, अशा सगळ्या गोष्टी हल्ली ईएमआयवर विकत घेता येतात. 'सगळेच घेतात' हा विचार आपल्याला फसवतो. सगळे घेतात, पण सगळे सुखी नसतात.

ईएमआय आणि मानसिक ओझं

ईएमआय ही फक्त आर्थिक बांधिलकी नाही, ते मानसिक ओझंही आहे. ईएमआयमुळे प्रत्येक महिन्याला चिंता वाटते, पगार उशिरा आला तर ताण येतो आणि अनपेक्षित खर्च आला तर भीती वाटते. ही अवस्था श्रीमंतीच्या विरोधात जाते. श्रीमंती म्हणजे कोणतेही खर्च करू शकण्याचं स्वातंत्र्य असणं, प्रत्येक खर्चावर बंधन असणं नव्हे.

कर्ज कधी घ्यावं?

कर्ज नेहमी वाईट नसतं. कर्ज योग्य ठरतं, जेव्हा

- ते मालमत्ता निर्माण करतं.
- उत्पन्न वाढवायला मदत करतं.

- आणि दीर्घकालीन फायदा देतं.

पण दिसण्यासाठी, सवयींमुळे, लक्झरीसाठी घेतलेलं कर्ज बहुतेक वेळा त्रासदायक ठरतं.

ईएमआय गळ्यात घेण्याआधीचा एक सोपा नियम

ईएमआय घेण्याआधी एक महिना स्वतःला तपासा. त्या ईएमआय इतकी रक्कम एका बाजूला ठेवा. जर त्या महिन्यात आयुष्य कोलमडत नसेल, बचत थांबत नसेल आणि ताण वाढत नसेल तरच कर्ज घ्या. ईएमआय सहज भरता येतोय म्हणजे सगळं ठीक आहे, हा भ्रम सोडा. कर्ज परवडतंय का, हे पाहिल्याशिवाय ईएमआय स्वीकारू नका.

केल्याने होत आहे, आधी केलेची पाहिजे! आजपासून हे कराच!

१. तुमचे सर्व ईएमआय लिहून काढा. ते उत्पन्नाच्या किती टक्के आहेत ते लिहा.

२. नवीन ईएमआय वाढवू नका.

३. नवीन कर्ज घेण्याआधी आत्तापर्यंतची सर्व कर्जे डोळ्यासमोर ठेवा.

प्रकरण ३

कर्जमुक्त कसे व्हावे?

"कर्ज फेडतच आयुष्य जातंय."

"एक कर्ज संपतं, दुसरं सुरू होतं."

"ईएमआयशिवाय महिना पूर्णच होत नाही."

ही वाक्यं ऐकली की एक गोष्ट स्पष्ट होते, **कर्ज हा फक्त आर्थिक प्रश्न नाही, तो मानसिक थकवा आहे.** ते माणसाला स्वतःच्या आयुष्याचा मालक राहू देत नाही. त्यामुळे कर्जमुक्त व्हा. कठीण आहे, पण अशक्य नाही.

कर्जमुक्ती म्हणजे काय?

कर्जमुक्ती म्हणजे, सगळं कर्ज एकदम फेडणं नव्हे किंवा उद्याच श्रीमंत होणं नव्हे. कर्जमुक्ती म्हणजे कर्जावर नियंत्रण आणि त्यातून बाहेर पडणं. कसं ते बघू!

पहिला टप्पा : वास्तव स्वीकारा

अनेक लोक कर्जाकडे पाहणंच टाळतात. "नंतर बघू, आत्ता मूड नाही, कर्ज इतकं वाईट नसतं..." अशी वाक्य ऐकवतात. पण कर्ज लपवलं तरी ते वाढतंच. कर्जमुक्तीची सुरुवात होते, संपूर्ण चित्र समोर ठेवण्यापासून.

- किती कर्ज आहे?
- कुठे आहे?
- किती व्याज आहे?

- ईएमआय किती आहेत?

  हे एका कागदावर लिहा. भीती वाटेल, पण हीच बदलाची सुरुवात असते.

दुसरा टप्पा : कर्जाचा प्रकार ओळखा

- **वाईट कर्ज : क्रेडिट कार्ड, वैयक्तिक कर्ज, अनावश्यक ईएमआय**

  हे कर्ज संपत्ती वाढवत नाही, उलट कमी करतं.
- **तुलनेने चांगलं कर्ज : घरकर्ज, शिक्षणकर्ज, व्यवसायासाठीचं कर्ज**

  पण लक्षात ठेवा, हेही कर्जच आहे. फरक फक्त परिणामाचा आहे.

तिसरा टप्पा : कोणतं कर्ज आधी फेडायचं?

इथे दोन मार्ग असतात,

- *जास्त व्याजाचं कर्ज आधी :* क्रेडिट कार्ड, वैयक्तिक कर्ज हे आधी संपवा.
- *लहान कर्ज आधी :* लहान ईएमआय संपवले की मानसिक दिलासा मिळतो.

  दोन्ही पद्धती चालतात. महत्त्व आहे, सातत्याचं.

चौथा टप्पा : नवीन कर्ज थांबवा.

हे फार महत्त्वाचं आहे. जुनी कर्ज फेडताना नवं घेतलं, तर तुम्ही जागेवरच राहता.

- नवीन ईएमआय घेऊ नका.
- कार्डचा वापर मर्यादित करा.
- 'हप्ते नंतर भरू,' ही विचारप्रणाली नको. कर्जमुक्ती म्हणजे, दुष्टचक्र थांबवणं.

पाचवा टप्पा : खर्चाला आवर

कर्ज फेडायचं असेल, तर खर्चात थोडा बदल हवाच. बाहेरचं खाणं कमी करा, दिखाऊ खर्च थांबवा, गरज कोणती आणि मजा कोणती हे लक्षात घ्या. हा त्याग कायमचा नाही, तो तात्पुरता आहे. पण त्याचा फायदा दीर्घकालीन आहे.

सहावा टप्पा : अतिरिक्त पैसे कर्जफेडीसाठी

बोनस, इन्क्रिमेंट, साइड इन्कम, परतावा हे असे पैसे क्षणिक आनंदासाठी वापरायची इच्छा होईल. पण कर्जफेडीसाठी वापरले, तर संपूर्ण आयुष्य आनंदी होईल.

सातवा टप्पा : आपत्कालीन निधी

हे विरोधाभासी वाटेल, पण कर्ज फेडताना थोडा आपत्कालीन निधी ठेवणं गरजेचं आहे. कारण अनपेक्षित खर्च आला, तर पुन्हा कर्ज घ्यावं लागतं. थोडा आपत्कालीन निधी असेल, तर कर्जमुक्तीचा प्रवास तुटत नाही.

कर्ज आणि आत्मसन्मान

सतत चिंता, सतत गणित आणि सतत दबाव यांमुळे कर्ज माणसाचा आत्मसन्मान हळूहळू नष्ट करू लागतं. पण जसं जसं कर्ज कमी होतं, तसं तसं आतून मोकळं वाटायला लागतं. ही भावना खूप मोठी असते.

एक भ्रम : आता उशीर झाला!

कर्जमुक्तीसाठी कोणतीही वेळ चांगलीच असते. उशीर वगैरे काहीही झालेला नसतो. ३०, ४०, ५०... वय काहीही असो, कर्जमुक्तीकडे पहिलं पाऊल टाकता येतं. उशीर होतो, पहिलं पाऊल न टाकल्याने.

कर्जमुक्त आयुष्य कसं वाटतं?

- पगार आला की भीती नसते.
- अनपेक्षित खर्चाची भीती वाटत नाही.
- निर्णय शांतपणे घेतले जातात.
- आयुष्य भयमुक्त आणि मोकळं होतं.
  हीच खरी श्रीमंती आहे.

स्वतःशी केलेला करार

कर्जमुक्त होणं म्हणजे स्वतःशी प्रामाणिक करार. “मी आज थोडं कमी जगीन, पण उद्या मोकळं जगीन.” हा करार पाळला, तर आयुष्य बदलतं. कर्जमुक्त होणं म्हणजे श्रीमंत होणं नाही, तर स्वतःच्या आयुष्याचा ताबा परत मिळवणं.

केल्याने होत आहे, आधी केलेची पाहिजे! आजपासून हे कराच!

१. तुमची सर्व कर्जे एका कागदावर लिहा. त्यातील जास्त व्याजाचे कर्ज सर्वांत आधी संपवा.

२. कर्जफेडीच्या रकमेची तजवीज प्राधान्याने करा.

प्रकरण ४

फसव्या योजना : झटपट श्रीमंत होण्याच्या नादाने होणारे नुकसान

"फक्त तीन महिन्यांत पैसे दुप्पट."

"जोखीम शून्य, परतावा खात्रीचा."

"आज संधी मिळतेय, उद्या उशीर होईल."

ही वाक्यं ऐकली की मनात येतं, खरंच असं शक्य आहे का? आणि याच क्षणाचा फायदा या फसव्या योजना घेतात. झटपट श्रीमंत होण्याची इच्छा माणसाचा मेंदू बंद करते. त्याचा विचार थांबतो आणि तो घाईघाईत निर्णय घेतो.

फसव्या योजना इतक्या प्रभावी का वाटतात?

कारण आपल्याला कमी वेळेत, कमी मेहनतीत, मोठा परतावा हवा असतो! वेगवान जगात सगळं पटकन हवं असतं. या योजना हीच मानसिकता हेरतात.

सगळ्यात मोठा सापळा : सगळे करतात!

"आपल्या ओळखीचे बरेच लोक गुंतलेत", "आमचं नेटवर्क मोठं आहे", "तुम्ही उशीर करू नका." असं सांगून योजना पुढे आणल्या जातात, हे ऐकणारा माणूस इथेच स्तंभित होतो. पण लक्षात ठेवा, लोक गुंतलेत म्हणजे योजना बरोबर आहे, असं होत नाही. लोक फसतात, म्हणून अशा योजना चालतात.

फसव्या योजनांची काही ठळक लक्षणं

१. अतिरिक्त परताव्याचं आश्वासन (बाजारापेक्षा खूप जास्त)

२. जोखीम नाही असं सांगणं (प्रत्येक गुंतवणुकीत जोखीम असते.)
३. तत्काळ निर्णयाचा दबाव (आजच करा.)
४. स्पष्ट माहितीचा अभाव (कसं, कुठे, का यांची उत्तरं नाहीत.)
५. भावनिक खेळ (लालच, भीती, लोभ)

या गोष्टी एकत्र दिसल्या, तर मागे व्हा.

एक अहंकार : मला कोण फसवणार?

अनेक सुशिक्षित, अनुभवी लोकही फसव्या योजनांना बळी पडतात. याचे एकमेव कारण म्हणजे हाव! 'मी हुशार आहे' हा विचार अनेकदा धोक्याचा ठरतो. अशा ठिकाणी संशय घेणं, प्रश्न विचारणं, हेच योग्य ठरतं.

झटपट श्रीमंतीचा खरा खर्च

फसव्या योजनेत फक्त पैसा जात नाही.

- आत्मविश्वास ढासळतो.
- नात्यांमध्ये तणाव येतो.
- स्वतःबद्दल शंका निर्माण होते.

कधी कधी कर्ज घेऊन गुंतवणूक केलेली असते, मग नुकसान दुप्पट होतं. पैसा जातो आणि मानसिक जखम होते.

आणखी एक भ्रम : मी आधी नफा कमावलेला आहे!

काही लोक म्हणतात, "मी या योजनेत पैसे कमावले आहेत." हाही फसवणुकीचाच भाग असतो. सुरुवातीचे परतावे नवीन लोकांच्या पैशातून दिले जातात. ते दिल्यामुळेच या योजनेची भरपूर जाहिरात होते. ती बघून हजारो लोक येतात. हे जे लोक नंतर आलेले असतात, ते सगळं गमावतात. ही साखळी एक दिवस तुटतेच.

फसव्या योजना आणि सामाजिक दबाव

कधी कधी मित्र, नातेवाईकच योजना आणतात. ते स्वतः फसतात आणि नकळत इतरांना ओढतात. अशा वेळी 'नाही' म्हणणं अवघड जातं. पण लक्षात ठेवा, नात्यांपेक्षा तुमचं आर्थिक भविष्य महत्त्वाचं आहे.

खरी श्रीमंती कशी येते?

खरी श्रीमंती, सावकाश येते, संयमामुळे येते, शिस्तीमुळे येते. ती झटपट येत नाही, म्हणूनच ती टिकते. झटपट मिळालेलं, बहुतेक वेळा झटपटच जातं.

फसव्या योजनांपासून वाचायचं कसं?

१. समजून घेतल्याशिवाय गुंतवणूक करू नका.

२. दबाव स्वीकारू नका.

३. "खूप चांगलं वाटतंय," असं वाटलं, तर थांबा.

४. विश्वासार्ह सल्ला घ्या.

५. स्वतःच्या तत्त्वांवर ठाम राहा.

शंका घेणं म्हणजे सुरक्षित राहणं. श्रीमंत लोक प्रत्येक गोष्टीवर लगेच विश्वास ठेवत नाहीत. ते प्रश्न विचारतात, तपासतात, थांबतात. हीच खरी आर्थिक साक्षरता!

झटपट श्रीमंतीचा मोह टाळा

झटपट श्रीमंती फार आकर्षक आहे, पण ती खूप महाग पडते. तुमचं आयुष्य कुठल्याही योजनेवर अवलंबून ठेवू नका. तुमचं भविष्य हळूहळू, पण सुरक्षित घडवा. झटपट श्रीमंत होण्याचा मार्ग बहुतेक वेळा थेट नुकसानीकडे नेतो. खरी श्रीमंती कुठल्याही फसव्या योजनेत नाही, ती आहे **समजूतदार निर्णयांत, संयमात आणि शिस्तीत.**

केल्याने होत आहे, आधी केलेची पाहिजे! आजपासून हे कराच!

१. जास्त परतावा देणाऱ्या योजनेबाबत अतिशय सावध राहा.

२. तिथे हजारो प्रश्न विचारा.

३. तुमच्या आर्थिक सल्लागाराचा सल्ला त्या वेळी अवश्य घ्या.

भाग ५

गुंतवणूक, गणित आणि संपत्तीवाढीचे रहस्य

प्रकरण १

पॅसिव्ह इन्कम म्हणजे काय?

"पैसे झोपेत कमवायचे असतात म्हणे!"

"काम न करता पैसा येतो, हे खरंच शक्य आहे का?"

"हे सगळं फक्त श्रीमंत लोकांसाठीच असतं ना?"

पॅसिव्ह इन्कम हा शब्द ऐकला की डोक्यात अनेक गैरसमज तयार होतात. काहींना तो स्वप्नासारखा वाटतो, तर काहींना फसवणूक. पण सत्य काय आहे? पॅसिव्ह इन्कम म्हणजे काम न करणं नव्हे. पॅसिव्ह इन्कम म्हणजे आज घेतलेल्या योग्य निर्णयांचं, उद्या मिळणारं सातत्यपूर्ण फळ.

पॅसिव्ह इन्कम म्हणजे नेमकं काय?

पॅसिव्ह इन्कम म्हणजे, जिथे एकदा मेहनत, पैसा किंवा वेळ गुंतवल्यानंतर नियमित उत्पन्न येत राहतं आणि प्रत्येक वेळी नव्याने मेहनत घ्यावी लागत नाही. याचा अर्थ असा नाही, की आपण काहीच करायचं नसतं, लक्ष द्यायचं नसतं आणि त्यात धोका नसतो. मुख्य फरक असा आहे की तिथे आपण ॲक्टिव्ह इन्कमसारखं दररोज उपस्थित राहायची गरज नसते.

ॲक्टिव्ह इन्कम आणि पॅसिव्ह इन्कम

यांच्यातील फरक समजून घेणं फार महत्त्वाचं आहे.

ॲक्टिव्ह इन्कम	**पॅसिव्ह इन्कम**
नोकरी	गुंतवणुकीतून मिळणारं उत्पन्न
व्यवसाय	भाड्याचं उत्पन्न
फ्रीलान्स काम	व्याज, डिव्हिडंड
काम केलं → पैसा मिळाला	काम थांबलं तरी पैसा येत राहतो (किमान काही काळ)
काम थांबलं → पैसा थांबला	

पॅसिव्ह इन्कम का गरजेचं आहे?

कारण आपली ऊर्जा, कार्यक्षमता, वेळ आणि आरोग्य मर्यादित आहे. आज काम करून पैसा मिळतो आहे पण उद्या आजार आला, नोकरी गेली, काम करण्याची ताकद कमी झाली, तर उत्पन्नाचं काय? याच प्रश्नाचं उत्तर आहे, पॅसिव्ह इन्कम. ते तुमच्या आयुष्याला एक आधार देते.

एक अडथळा : माझं उत्पन्न कमी आहे!

खूप लोक म्हणतात, "पॅसिव्ह इन्कम श्रीमंतांसाठी असते." पण पॅसिव्ह इन्कम रकमेवर नाही, तर दृष्टिकोनावर अवलंबून असते. लहान सुरुवात केली, तरी मोठा आधार उभा राहू शकतो. सुरुवात करणं महत्त्वाचं आहे.

पॅसिव्ह इन्कमचे काही सोपे मार्ग

गुंतवणुकीतून उत्पन्न

- एफडीवरील व्याज,
- म्युच्युअल फंडातील डिव्हिडंड,
- बाँड्स, डेट फंड,

  हे उत्पन्न फार मोठं नसतं पण स्थिर असतं.

भाड्याचं उत्पन्न

घर, दुकान आणि जागा घेतली तर नियमित उत्पन्न मिळू शकतं. पण यासाठी सुरुवातीची गुंतवणूक मोठी लागते.

डिजिटल किंवा बौद्धिक संपत्ती

पुस्तक लिहिणे, एखादा कोर्स तयार करणे, कंटेंट तयार करणे : अशा वेळी मेहनत एकदाच करावी लागते, नंतर पुनःपुन्हा उत्पन्न मिळत राहते.

पॅसिव्ह इन्कम म्हणजे 'सोपा पैसा' नाही

पॅसिव्ह इन्कम म्हणजे सोपा पैसा हा सगळ्यात मोठा गैरसमज आहे. पॅसिव्ह इन्कम मिळवायला वेळ, संयम आणि शिस्त लागते. ते झटपट येत नाही, म्हणूनच ते टिकते. "आज पैसे गुंतवा, उद्यापासून तुमचे उत्पन्न सुरू," असे जो म्हणतो, तो बहुतेक वेळा फसवणूक करत असतो.

पॅसिव्ह इन्कम आणि मानसिक शांतता

पॅसिव्ह इन्कमचा सगळ्यात मोठा फायदा, तुम्हाला **मानसिक शांतता मिळते**. याची कारणं,

- सगळं उत्पन्न एका ठिकाणी अडकलेलं नसतं.
- एखादा स्रोत बंद झाला तरी आधार राहतो.
- पैसे मिळवण्यासाठी वेळ शिल्लक राहतो.

  यामुळेच श्रीमंती आणखी जवळ येते.

"माझ्यासाठी योग्य पॅसिव्ह इन्कम कोणते?"

याचं उत्तर एकच देता येत नाही. तुमचं उत्पन्न, तुमची जोखीमक्षमता, तुमचा वेळ, तुमचा स्वभाव आणि तुमची परिस्थिती यांवर ते अवलंबून आहे म्हणून इतरांचं पाहून नको, स्वतःला जोखून मग हे ठरवा!

पॅसिव्ह इन्कम कधी सुरू करावे?

- **लवकरात लवकर!**

कारण त्याला रुजायला वेळ लागतो. आज लावलेल्या बीचं लगेच उद्यापरवा झाड होत नाही.

- **पॅसिव्ह इन्कम आणि आर्थिक स्वातंत्र्य**
  आर्थिक स्वातंत्र्य म्हणजे कामावर प्रेम आहे म्हणून करायचं, करावंच लागतं म्हणून नाही! हे स्वातंत्र्य एकाच दिवसात येत नाही. पॅसिव्ह इन्कम त्याचा पाया असतो.

पॅसिव्ह इन्कमची दुसरी बाजू

- प्रत्येक पॅसिव्ह उत्पन्न कायमस्वरूपी नसतं.
- त्यालाही देखभाल, कर, जोखीम असतेच.
  म्हणून डोळे उघडे ठेवूनच पुढे जा.

पॅसिव्ह इन्कम म्हणजे पर्याय वाढवणं

पॅसिव्ह इन्कम तुम्हाला आळशी बनवत नाही. ते तुम्हाला पर्याय देते.

- नोकरी बदलण्याचा,
- हवं तेव्हा विश्रांती घेण्याचा,
- स्वतःसाठी वेळ काढण्याचा,

हे पर्याय आपल्यापाशी असणं, ही खरी श्रीमंती आहे. पॅसिव्ह इन्कम म्हणजे असे स्वप्न आहे, जे सत्यात आणता येते. ते हळूहळू उभं राहतं पण आयुष्यभर साथ देतं.

केल्याने होत आहे, आधी केलेची पाहिजे! आजपासून हे कराच!

१. तुमच्या उत्पन्नाचे सर्व स्रोत लिहा.
२. त्यातील कोणत्या स्रोतासाठी तुमची उपस्थिती गरजेची आहे, ते लक्षात घ्या.
३. पॅसिव्ह उत्पन्न ताबडतोब सुरू करा.

प्रकरण २

गुंतवणुकीचे गणित समजून घ्या

“मला गणित जमत नाही, गुंतवणूक कळत नाही. हे टक्केवारी, रिटर्न, सीएजीआर... सगळं डोक्यावरून जातं.” हे मी अनेकदा ऐकलं आहे. पण एक गोष्ट नक्की सांगतो, **गुंतवणुकीचं गणित अवघड नसतं. ते समजावून सांगितलेलं गेलं नाहीये, एवढंच.** गुंतवणूक हा फक्त आकड्यांचा खेळ नाही, ती त्याहीपेक्षा खूप मोठी प्रक्रिया आहे.

गुंतवणुकीचं गणित समजणं का गरजेचं आहे?

- कारण गणित न समजता केलेली गुंतवणूक नशिबावर सोडलेली असते आणि नशिबावर फक्त जगता येतं पण भविष्य उभं करता येत नाही. गणित समजलं, की धोका ओळखता येतो, निर्णय शांतपणे घेता येतात आणि अपेक्षा वास्तवात येतात.

एक अपुरा प्रश्न : किती परतावा मिळेल?

बहुतेक लोक गुंतवणूक करताना एकच प्रश्न विचारतात, “किती रिटर्न मिळेल?”

पण योग्य प्रश्न हे असायला हवेत,

- गुंतवणूक किती काळासाठी करायची आहे?
- या गुंतवणुकीमध्ये जोखीम किती आहे ?
- गुंतवणूक नियमित आहे की अनियमित?

१०% परतावा १ वर्षासाठी आणि १०% परतावा २० वर्षांसाठी, या दोन्ही गोष्टी एकसारख्या नाहीत. इथे चक्रवाढ व्याज ही संकल्पना प्रत्यक्षात येते. म्हणजे समजा तुमचे १००० रुपये गुंतलेले आहेत. त्यावर वार्षिक १०% परतावा आहे, तर एका वर्षाने ती रक्कम ११०० रुपये होईल. पुढच्या वर्षानंतर ती रकम ११०० + ११० = १२१० होईल, पुढच्या वर्षानंतर ती रकम १२१० + १२१ = १३३१ होईल. अशा पद्धतीने ही रक्कम वाढत जाते.

टक्केवारीचं साधं गणित

१०% परतावा म्हणजे काय? १०% म्हणजे १०० रुपयांवर १० रुपये. पण हे एका वर्षाचं उदाहरण आहे. जर हेच १०% दरवर्षी मिळत गेलं, तर पुढे चित्र बदलतं. इथेच पुढचा महत्त्वाचा मुद्दा येतो, **काळ!**

काळ : गुंतवणुकीतील सगळ्यात मोठा घटक

गुंतवणुकीत पैशापेक्षा काळ जास्त काम करतो. लवकर सुरुवात केली, तर कमी रक्कमही मोठी होते. उशिरा सुरुवात केली, तर जास्त रक्कम घालूनही परिणाम मर्यादित राहतो.

नियमित गुंतवणूक आणि अनियमित गुंतवणूक

एकदम मोठी रक्कम गुंतवणं आणि दर महिन्याला थोडी रक्कम गुंतवणं, याचा परिणाम वेगळा असतो.

नियमित गुंतवणूक,

- शिस्त लावते.
- बाजारातील चढउतार संतुलित करते.
- मानसिक ताण कमी करते.

ही पद्धत मध्यमवर्गीयांसाठी अधिक व्यवहार्य आहे.

'जोखीम' म्हणजे नेमकं काय?

जोखीम म्हणजे पैसा पूर्ण बुडणारच, असं नाही. जोखीम म्हणजे परताव्यात चढ-उतार. जोखीम जास्त असेल, तर परतावा जास्त असू शकतो, पण हमी नसते.

जोखीम कमी असेल, तर परतावा स्थिर असतो, पण मर्यादित असतो. हे संतुलन समजणं, हेच गुंतवणुकीचं मूलभूत गणित आहे.

चुकीचा फॉर्म्युला : सगळे सांगतात म्हणून!

गुंतवणुकीत हा फॉर्म्युला फार महाग पडतो.

- सगळे करतात.
- मित्राने सांगितलं.
- सोशल मीडियावर पाहिलं.

पण इतरांना उपयुक्त असणारं गणित तुम्हाला उपयुक्त असेलच, असे नाही.

- त्यांचा कालावधी वेगळा,
- त्यांची जोखीमक्षमता वेगळी,
- त्यांची गरज वेगळी,

म्हणून स्वतःची परिस्थिती लक्षात घेऊन गुंतवणूक करा.

परतावा आणि महागाई

हे गणित फार महत्त्वाचं आहे. तुमची गुंतवणूक ७% परतावा देत असेल आणि महागाई ६% असेल तर खरी वाढ १% आहे. म्हणजे लक्ष फक्त आकड्यांकडे नाही, तर **खऱ्या मूल्याकडे** द्यायला हवं.

निव्वळ परतावा आणि कर

परतावा पाहताना कर विसरू नका. १०% परतावा मिळाला पण त्यावर कर गेला, तर हातात येणारा परतावा वेगळा असतो. गुंतवणुकीचं गणित करानंतर पाहिलं, तरच वास्तव समजतं.

साधं गणित, मोठा परिणाम

गुंतवणूक म्हणजे जादू किंवा क्लृप्त्या नाहीत. गुंतवणुकीतून उत्पन्न मिळवण्यासाठी वेळ आणि शिस्त या दोन्ही गोष्टी गरजेच्या आहेत. जे या गोष्टी पाळतात, ते हळूहळू पण ठामपणे पुढे जातात.

“मला सगळं कळायला हवं का?”
नाही, पण मूलभूत गणित कळायला हवं. तुमच्याकडे संपूर्ण ज्ञान असेलच असे नाही पण अगदी अंधानुकरणही करू नका.

गुंतवणुकीचं गणित आणि आत्मविश्वास

हे गणित कळल्यानंतर तुमची भीती कमी होते, अफवा टाळता येतात आणि आणि तुम्हाला आत्मविश्वास मिळतो. हा आत्मविश्वासच तुमच्या पैशाला दिशा देतो. गुंतवणुकीचं ज्ञान एकदा मिळालं, की पैसा तुमच्यासाठी काम करतो, तुम्ही पैशासाठी नाही.

केल्याने होत आहे, आधी केलेची पाहिजे! आजपासून हे कराच!
तुमच्या गुंतवणुकीचा कालावधी स्पष्ट करून, तुम्हाला अपेक्षित असलेला परतावा आत्ता प्रत्यक्षात बाजारात मिळतो आहे का,
हे बघून मगच गुंतवणूक करा.

प्रकरण ३
कम्पाउंडिंगची जादू

एक जुनी गोष्ट आहे.

एका राजाने एका ज्ञानी व्यक्तीला बक्षीस मागायला सांगितलं. त्या व्यक्तीने म्हटलं, "महाराज, मला काही फारसं नको. बुद्धिबळाच्या पहिल्या चौकटीवर १ तांदूळ द्या. दुसऱ्या चौकटीवर २, तिसऱ्यावर ४ आणि पुढच्या प्रत्येक चौकटीवर आधीच्या चौकटीच्या दुप्पट तांदळाचे दाणे द्या." राजा हसून म्हणाला, "इतकंच?"

पण जसजशा चौकटी वाढत गेल्या, तसंतसे राजाच्या चेहऱ्यावरचे भाव बदलले. १, २, ४, ८, १६, ३२, ६४, १२८, २५६, ५१२, १०२४, २०४८, ४०९६... अशा पद्धतीने आकडे दुपटीने वाढत होते. असे करत करत,

पन्नासाव्या चौकटीत ५,६२,९४९,९५,३४,२१,३१२ म्हणजे पाच लाख बासष्ठ हजार नऊशे एकोणपन्नास अब्ज, पंचाण्णव कोटी, चौतीस लाख, एकवीस हजार तीनशे बारा, हा आकडा आला होता.

साठाव्या चौकटीत ५७,६४,६०,७५२,३०,३४,२३,४८८ म्हणजे सत्तावन्न कोटी चौसष्ट लाख साठ हजार सातशे बावन्न अब्ज, तीस कोटी, चौतीस लाख, तेवीस हजार चारशे अठ्ठ्याऐंशी, हा आकडा आला होता.

आणि चौसष्टाव्या चौकटीत ९२२,३३,७२०३६,८५,४७,७५,८०८ म्हणजे नऊशे बावीस कोटी, तेहतीस लाख, बहात्तर हजार छत्तीस

अब्ज, पंचाऐशी कोटी सत्तेचाळीस लाख, पंचाहत्तर हजार आठशे आठ हा आकडा आला होता.

अर्थातच संपूर्ण राज्यातील तांदूळही त्या वेळी पुरला नाही. का नाही पुरला? याचे कारण म्हणजे कम्पाउंडिंगची जादू.

कम्पाउंडिंग म्हणजे नेमकं काय?

पैशावर मिळालेला परतावा पुन्हा गुंतवला गेला आणि त्यावरही परतावा मिळू लागला, तर त्याला कम्पाउंडिंग म्हणतात. म्हणजे पैसा फक्त वाढत नाही, तो त्याच्या वाढीवरही वाढतो. ही वाढ सुरुवातीला हळू असते पण नंतर ती वेग पकडते.

कम्पाउंडिंगची सगळ्यात मोठी अडचण म्हणजे ते सुरुवातीला दिसत नाही. पहिल्या काही वर्षांत, आकडे सामान्य दिसतात त्यामुळे अर्थातच वाढ कमी वाटते आणि म्हणून उत्साह टिकत नाही. म्हणूनच अनेक लोक मधेच थांबतात. पण जसं बुद्धिबळाच्या पटावर पहिल्या ३५, ४० चौकटी फार साध्या वाटतात, तसंच गुंतवणुकीतही होतं. खरी जादू नंतरच सुरू होते.

कम्पाउंडिंगचा सगळ्यात जवळचा मित्र : वेळ!

कम्पाउंडिंगसाठी सगळ्यात महत्त्वाचा घटक हा पैसा नसून तो वेळ आहे.

- लवकर सुरुवात म्हणजे जास्त फायदा.
- उशिरा सुरुवात म्हणजे कमी फायदा.

थोडी रक्कम + जास्त वेळ = मोठी संपत्ती

मोठी रक्कम + कमी वेळ = मर्यादित परिणाम

या गणिताकडे आपण नेहमी दुर्लक्ष करतो.

सर्वांत महाग सवय : नंतर सुरू करीन!

खूप लोक म्हणतात, “आत्ता पगार कमी आहे. थोडं स्थिर झालं की सुरू करीन.” पण कम्पाउंडिंग वाट पाहत बसत नाही. आज सुरू न केलेल्या गुंतवणुकीमुळे फक्त पैसे नाही तर, वेळही जातो... आणि वेळ एकदा गेला, तो कितीही पैसे देऊन परत मिळत नाही.

कम्पाउंडिंग आणि संयम

लगेच परिणाम हवाय, पटकन श्रीमंत व्हायचंय; असं म्हणत दर महिन्याला निकाल बघणाऱ्या अधीर लोकांसाठी कम्पाउंडिंग नाही. कम्पाउंडिंग इतक्या चटकन काम करत नाही. ते फक्त संयमी लोकांसाठी असते. जे वाट पाहू शकतात, जे चढ-उतार सहन करतात आणि जे प्रक्रियेवर विश्वास ठेवतात; अशा विचारी आणि संयमी लोकांनीच कम्पाउंडिंग करावे.

नियमित गुंतवणूक आणि कम्पाउंडिंग

एकदम मोठी रक्कम गुंतवणं आणि दर महिन्याला थोडी थोडी रक्कम गुंतवणं, या दोन्हींत कम्पाउंडिंग काम करतं. पण मध्यमवर्गीयांसाठी नियमित गुंतवणूक जास्त व्यवहार्य असते. कारण,

- मध्यमवर्गीयांकडे एकदम गुंतवायला मोठी रक्कम नसतेच.
- चुकून एखाद्याकडे असली तरी एक मोठी रक्कम एकाच ठिकाणी गुंतवणे धोकादायक असते.

कम्पाउंडिंग आणि व्याजातील फरक

साधं व्याज म्हणजे फक्त पैशावरच वाढ. कम्पाउंडिंग म्हणजे पैशावर आणि वाढीवर वाढ. हा फरक लहान वाटतो पण नंतर तो प्रचंड होतो. जसं वरील गोष्टीनुसार बुद्धिबळाच्या पटावरील पहिल्या चौकटी साध्या आणि शेवटच्या अविश्वसनीय असतात.

मध्येच थांबलं तर काय होतं?

मध्येच थांबल्यावर कम्पाउंडिंगला सगळ्यात मोठा धक्का बसतो. गुंतवणूक बंद केली, पैसे काढले किंवा योजना बदलली तर जादू अर्ध्यावरच थांबते. अनेक लोक शेवटच्या टप्प्याच्या अगदी अलीकडे थांबतात.

बाजाराचे चढ-उतार आणि कम्पाउंडिंग

शेअरबाजार पडतो तेव्हा भीती वाटते. पण बाजाराचे चढ-उतार हे कम्पाउंडिंगला अडथळा नसतात. भाव खाली गेल्यामुळे त्याच किमतीत जास्त युनिट्स मिळतात आणि पुढे फायदा होतो. पण यासाठी संयम ठेवावा लागतो.

कम्पाउंडिंग श्रीमंती कधी दिसते?

गुंतवणूक केल्यानंतर दीर्घ काळाने. ही श्रीमंती बघून लोक म्हणतात, "नशीब चांगलं आहे."

पण प्रत्यक्षात ते नशीब नसतं, ती शिस्त असते आणि अर्थातच कम्पाउंडिंगचा परिणाम असतो.

कम्पाउंडिंग आणि आत्मविश्वास

जेव्हा तुम्हाला कळतं, तुम्ही एकही मिनिट वेळ न देता तुम्हाला उत्पन्न मिळत आहे आणि याचे कारण म्हणजे तुम्ही गुंतवलेला तुमचा पैसा काम करतोय, तेव्हा तुमची धांदल कमी होते, तुम्ही सुखावता आणि तुमचा श्रीमंतीचा प्रवास सोपा होतो. तुम्हाला आत्मविश्वास मिळतो, तो पैशांपेक्षा मौल्यवान असतो.

कम्पाउंडिंग सगळ्यांसाठी आहे

ते फक्त श्रीमंत, हुशार आणि गणितज्ञांसाठी नाही. ते आहे फक्त सातत्य ठेवणाऱ्यांसाठी, न थांबणाऱ्यांसाठी! बुद्धिबळाच्या पटावरची पहिली चौकट साधी होती पण ६४ वी चौकट राजालाही परवडली नाही. कम्पाउंडिंगही तसंच आहे, सुरुवातीला किरकोळ, शेवटी अमर्यादित!

केल्याने होत आहे, आधी केलेची पाहिजे! आजपासून हे कराच!

१. आजच गुंतवणूक करा.

२. रक्कम लहान असली तरी चालेल.

३. ही गुंतवणूक नियमित ठेवा. ती मध्येच थांबवू नका.

प्रकरण ४

उत्पन्नाचे स्रोत एकापेक्षा जास्त का हवेत?

"माझी नोकरी स्थिर आहे."

"माझा व्यवसाय चांगला चालला आहे."

"इतकं पुरेसं आहे."

हे आत्मविश्वासपूर्ण बोलणं ऐकायला छान वाटतं. पण एकाच उत्पन्नावर अवलंबून असणं, आजच्या काळात धोकादायक ठरू शकतं. हे भीती दाखवण्यासाठी नाही, तर वास्तव दाखवण्यासाठी सांगतो आहे.

एकच उत्पन्न म्हणजे एकच दोर

भरपूर वस्तू आहेत. त्या एका गाठोड्यात बांधून ठेवल्या आहेत. ते गाठोडे एका दोराला लटकवून ठेवलेले आहे. तो एक दोर जर तुटला, तर गाठोडे खाली पडेल आणि त्या वस्तूंचा नाश होईल.

तसंच एकच उत्पन्न बंद झालं, तर संपूर्ण आर्थिक आयुष्य हादरेल.

- नोकरी जाऊ शकते.
- व्यवसाय मंदावू शकतो किंवा बंद पडू शकतो.
- आरोग्याच्या अडचणी उद्भवू शकतात.

हे सगळं आपल्या नियंत्रणाबाहेर असतं. उत्पन्नाचे अनेक स्रोत ही सुरक्षेची जाळी आहे.

"पूर्वी एकच उत्पन्न पुरेसं होतं."

हो, कधीकाळी. कारण त्या वेळी,

- नोकरी आयुष्यभर टिकायची.
- खर्च कमी होते.
- अपेक्षा मर्यादित होत्या.

आज परिस्थिती बदलली आहे.

- महागाई वाढलेली आहे.
- जबाबदाऱ्या वाढल्या आहेत.
- अनिश्चितता जास्त आहे.

जुन्या काळाचे नियम आज लागू पडत नाहीत.

एक गैरसमज : अनेक उत्पन्नस्रोत म्हणजे जास्त काम

अनेक उत्पन्नस्रोत म्हणजे २४ तास काम करणं नव्हे.

अनेक उत्पन्नस्रोत म्हणजे -

- पैसा वेगवेगळ्या ठिकाणी कामाला लावणं.
- सगळं ओझं एकाच ठिकाणी न ठेवणं.

उत्पन्नस्रोत वाढवणं म्हणजे काम वाढवणं नाही, जोखीम कमी करणं आहे.

सक्रिय आणि निष्क्रिय उत्पन्नाचं संतुलन

एकाच प्रकारचं उत्पन्न धोकादायक असतं. सक्रिय उत्पन्न म्हणजे ॲक्टिव्ह इन्कम. इथे काम थांबलं की पैसा थांबतो. निष्क्रिय उत्पन्न म्हणजे पॅसिव्ह इन्कम इथे सुरुवात व्हायलाच वेळ लागतो. या दोन्हींचं संतुलन आर्थिक स्थैर्य देतं.

उत्पन्नाचे स्रोत वाढवण्याचे वास्तववादी मार्ग

- **गुंतवणुकीतून उत्पन्न**
  - व्याज,
  - डिव्हिडंड,
  - भाडं,

हे उत्पन्न हळूहळू वाढतं, पण स्थिर असतं.

- **कौशल्यावर आधारित उत्पन्न**
  - कोणतेही विषय शिकवणे.
  - कोणत्याही क्षेत्रातील सल्ला देणे.
  - फ्री-लान्स काम करणे.

  यातील आपल्याला जे जमेल ते करून पैसे मिळवणं, हे सगळ्यात सोपं असतं.
- **ऑनलाइन प्रोजेक्ट**
  - विविध डिजिटल प्रॉडक्ट्स,
  - विविध विषयांतील कंटेंट,
  - लाखो प्रकारचे ऑडिओ, व्हिडिओ बनवणे,

यामध्ये सुरुवातीला वेळकौशल्य आणि सातत्य यांची गरज असते, नंतर उत्पन्न सुरू होते.

एक अडथळा : माझ्याकडे वेळच नाही!

वेळ कोणाकडेच जास्त नसतो. पण टीव्ही, सोशल मीडिया, निरर्थक चर्चा यातून थोडा वेळ वाचवता येतो. उत्पन्नाचे स्रोत वाढवणं ही महत्त्वाची गोष्ट आहे. इच्छा असेल तर मार्ग निघतो, इच्छाच नसेल तर विषय संपला!

अनेक उत्पन्नस्रोतांचे मानसिक फायदे

जेव्हा उत्पन्नाचे एकापेक्षा जास्त स्रोत असतात,

- तेव्हा भीती कमी होते.
- आत्मविश्वास वाढतो.
- निर्णय अधिक शांतपणे घेता येतात.

  कारण तुम्ही फक्त एकाच गोष्टीवर अवलंबून नसता.

उत्पन्नाचे स्रोत वाढवताना घ्यायची काळजी

- एकाच वेळी सगळं सुरू करू नका.
- आधी एक स्रोत स्थिर करा.
- फसव्या योजना टाळा.
- कर्ज घेऊन साइड इन्कम करू नका.

हळूहळू वाढ होणं सुरक्षित असतं.

"मी सगळं स्वतःच करायला हवं का?"

नाही. उत्पन्नाचे स्रोत म्हणजे, फक्त स्वतः काम करणं नव्हे. त्या ठिकाणी तुम्ही काम करणारे भागीदार घेऊ शकता. गुंतवणूक करून उत्पन्न मिळवू शकता. उत्पन्न मिळवण्यासाठी एखादी प्रणाली तयार करू शकता. थोडक्यात, तुम्ही स्वतः काम न करता; पैसे, मनुष्यबळ आणि डोके वापरून तुम्ही उत्पन्न मिळवू शकता.

उत्पन्न वाढलं की खर्चही वाढतो?

हो, हा धोका असतो. म्हणूनच उत्पन्न वाढवलं, तर खर्चावरही शिस्त हवी. नाहीतर उत्पन्नाचे अनेक स्रोत असूनही स्थिती तशीच राहते.

"आज नाही तर कधी?"

उत्पन्नाचे स्रोत वाढवायचा विचार फार दिवस पुढे ढकलू नका. आज छोटं पाऊल टाका, उद्या मोठा फरक दिसेल. एकाच उत्पन्नावर आयुष्य चालवणं आज धोक्याचं आहे. **उत्पन्नाचे अनेक स्रोत ही आधुनिक आर्थिक सुरक्षिततेची खरी ओळख आहे.**

केल्याने होत आहे, आधी केलेची पाहिजे! आजपासून हे कराच!

१. उत्पन्नाचे स्रोत एकापेक्षा जास्त ठेवा.
२. नवीन स्रोत तयार झाला, पक्का झाला, त्यातून नियमित उत्पन्न मिळू लागले,
३. की पुढचा स्रोत तयार करा.

प्रकरण ५

पहिले एक कोटी रुपये कसे कमवाल?

"एक कोटी रुपये... हे आपल्यासाठी शक्य आहे का?"

"हे फक्त मोठ्या उद्योगपतींना जमतं ना?"

"आपण तर साधे मध्यमवर्गीय लोक..."

हे प्रश्न मनात येणं स्वाभाविक आहे. कारण आपल्या आजूबाजूला "एक कोटी" हा आकडा अवास्तव, दूरचा, थोडासा भीतीदायकच वाटतो पण एक गोष्ट शांतपणे समजून घ्या,

पहिले एक कोटी रुपये कमावणं हे जादूने होत नाही आणि ते फक्त निवडक लोकांसाठीच नसतं.

ते घडतं, शिस्त, वेळ आणि योग्य निर्णयांमुळे.

पहिले १ कोटी म्हणजे काय, हे आधी समजून घ्या

पहिले १ कोटी म्हणजे, अचानकपणे खात्यात आलेली रक्कम, लॉटरी किंवा एकाच व्यवहारात मिळालेला पैसा नव्हे. पहिले १ कोटी म्हणजे, **हळूहळू तयार झालेली नेटवर्थ.** बचत, गुंतवणूक, संयम, योग्य सल्ला आणि तुमची महत्त्वाकांक्षा या सगळ्यांचा मिळून तयार झालेला परिणाम.

भ्रम : एकदम १ कोटी

अनेक लोक इथेच चुकतात. ते विचार करतात, 'इतके पैसे एकदम कुठून आणायचे?' पण वास्तव वेगळं आहे.

एक कोटी मिळवण्यासाठी मोठा प्रवास करावा लागतो, एका उडीत ते मिळत नाहीत. हा प्रवास १०–१५–२० वर्षांचा असू शकतो आणि ते ठीक आहे.

पहिले १ कोटी कमावण्यासाठी लागणाऱ्या ३ मूलभूत गोष्टी

- **बचतीची टक्केवारी महत्त्वाची**

  उत्पन्न कितीही असू दे. नियमित बचत असेल, तर हा प्रवास सुरू होतो. जे जास्त बचत करतात, त्यांची वाढ वेगाने होते. उत्पन्नाच्या ३०% पेक्षा जास्त बचत असेल, तर हा वेग खूपच छान असतो.

- **वेळेचा पुरेपूर वापर**

  बचतीला लवकर सुरुवात म्हणजे मोठा फायदा, उशीर म्हणजे जास्त ताण. वेळ ही इथे सर्वांत मोठी संपत्ती आहे.

- **संयम आणि सातत्य**

  गुंतवणूक मध्येच थांबवणं, पैसे काढणं, योजना बदलणं, हे सगळं टाळावं लागतं. यामुळे प्रगतीला खीळ बसते. हे न करता, दर महिन्याला ठरावीक रक्कम नियमितपणे गुंतवली आणि ती दीर्घकाळ टिकवली. जरी ती रक्कम फार मोठी नसेल, तरी वेळ, शिस्त आणि कम्पाउंडिंग या तीन गोष्टींमुळे चित्र बदलायला सुरुवात होते. इथे 'किती' यापेक्षा 'किती काळ' हा प्रश्न जास्त महत्त्वाचा असतो.

पहिले १ कोटी रुपये मिळवणं कधी अवघड होतं?

- जेव्हा, गुंतवणूक मधेच थांबवली जाते.
- खर्च नियंत्रणात राहत नाही.
- कर्ज जास्त असतं.
- झटपट श्रीमंतीचा मोह पडतो.

  हे सगळे अडथळे प्रवास लांबवतात.

पहिले १ कोटी आणि जीवनशैली

पहिले १ कोटी कमावताना जीवनशैलीचा फार मोठा वाटा असतो.

- वाढलेला पगार खर्च करणं.
- दिखाऊपणासाठी निर्णय घेणं.
- 'लोक काय म्हणतील' याला महत्त्व देणं.

यामुळे नेटवर्थ वाढत नाही, फक्त खर्च वाढतो. पहिले **१ कोटी सहज दिसत नाहीत, ते तयार करावे लागतात.**

"माझ्या या वयात आता शक्य आहे का ?"

हा प्रश्न खूप जण विचारतात. मोठा विनोद म्हणजे हा प्रश्न प्रत्येक वयोगटातली माणसे विचारतात!

पण याचं उत्तर साधं आहे, **हो, तुमच्या या वयात शक्य आहे पण वेगळ्या पद्धतीने!**

- तरुण वयात → तुमच्याकडे वेळ जास्त असतो, त्यामुळे कमी रक्कम गुंतवली तरी चालते.
- मध्यम वयात → तुमच्याकडे वेळ कमी असतो, त्यामुळे जास्त रक्कम गुंतवावी लागते.

कोणत्याही वयात हे शक्य आहे, फक्त अपेक्षा वास्तविक ठेवाव्यात.

पहिले १ कोटी मिळाल्यावर काय बदलतं?

१ कोटी मिळाल्यावर आयुष्य अचानक बदलत नाही.

- पण आत्मविश्वास वाढतो.
- आर्थिक भीती कमी होते.
- तुम्ही स्थिर होता, शांत होता.

आणि सगळ्यात महत्त्वाचं म्हणजे दुसरा टप्पा सुरू होतो. पहिले १ कोटी सगळ्यात कठीण असतात. पुढच्या कोटींचा प्रवास तुलनेने सोपा असतो.

- **लोक म्हणतात, "शक्य नाही."**

  हे अवघड आहे, यात धोका आहे, हे आपल्याला जमणार नाही; असं लोक नेहमी म्हणतात, पण असं म्हणणाऱ्या लोकांचं भविष्य वेगळं असतं, तुमचं अर्थातच वेगळं असतं. तुमची शिस्त, तुमचे निर्णय, तुमचा संयम आणि तुमचे ध्येय, हेच तुमचं भविष्य ठरवतात.
- **पहिले १ कोटी : मनात तयार होतात.**

ही केवळ आर्थिक बाब नव्हे. ही मानसिक बाब आहे. जिथे तुम्ही स्वतःवर विश्वास ठेवायला शिकता. 'मी करू शकतो, मी सातत्य ठेवू शकतो, मी निर्णय बदलणार नाही.' या मानसिकतेमुळे पैसा तुमच्या मागोमाग येतो.

- **पहिल्या १ कोटीसाठी हे नक्की टाळा.**
  घाई, तुलना, गुंतवणुकीमधील सतत बदल आणि फसव्या योजना टाळा. या चार गोष्टी हा प्रवास खूप लांबवतात, प्रसंगी थांबवतात! पहिले १ कोटी नशिबाने मिळत नाहीत. ते शिस्त, वेळ आणि आत्मविश्वासामुळे मिळतात!

केल्याने होत आहे, आधी केलेची पाहिजे! आजपासून हे कराच!

१. एक कोटी या आकड्याचा बागुलबुवा सोडून नियमित बचत आणि गुंतवणूक सुरू करा.
२. एक कोटीकडे वाटचाल सुरू करण्यासाठी जीवनशैलीवर नियंत्रण ठेवा.
३. पहिल्या १ कोटीकडे प्रवास म्हणून पाहा, ध्येय म्हणून नाही.

प्रकरण ६

तज्ज्ञांचा सल्ला का आणि कधी घ्यावा?

"माझं सगळं मीच बघतो."

"इंटरनेटवर सगळी माहिती आहे."

"मित्राने सांगितलं, ते पुरेसं आहे."

अशी वाक्यं आजकाल खूप ऐकू येतात. नेटवर माहिती सहज उपलब्ध होत आहे म्हणून आपल्याला वाटतं, सल्ल्याची गरजच उरलेली नाही. पण इथे एक सूक्ष्म फरक लक्षात घ्यायला हवा, **माहिती आणि मार्गदर्शन यामध्ये मोठा फरक असतो.**

तज्ज्ञांचा सल्ला म्हणजे काय?

तज्ज्ञांचा सल्ला म्हणजे,

- फक्त स्कीम सांगणं नाही.
- फक्त आकडे मांडणं नाही.
- फक्त परताव्याचं आश्वासन नाही.

तज्ज्ञांचा सल्ला म्हणजे तुमची परिस्थिती समजून घेऊन, तुमच्या उद्दिष्टांनुसार आणि तुमच्या जोखीमक्षमतेत बसणारा मार्ग दाखवणं. हा फरक समजला, की सल्ल्याचं महत्त्व कळायला लागतं.

बळकट मानसिकता : मी स्वतः करू शकतो!

स्वतः निर्णय घेणं चुकीचं नाही. उलट ते आवश्यकच आहे. पण जेव्हा निर्णय गुंतागुंतीचे, मोठ्या रकमेचे आणि दीर्घकालीन परिणाम करणारे असतात, तेव्हा

तज्ज्ञांचा अनुभव उपयोगी पडतो. डॉक्टरला आपण म्हणतो का? "मी गुगलवर वाचलंय, मला अमुकच औषध द्या किंवा अमुक औषध देऊ नका!"

मग पैशांच्या बाबतीत ही चूक का?

तज्ज्ञांचा सल्ला का गरजेचा ठरतो?

कारण आपण आपल्या पैशांबाबत भावनिक असतो. आपल्याला खूप हाव, भीती, दबाव आणि अपेक्षा असतात. यांमुळे निर्णय चुकतात. तज्ज्ञ अशा भावनेत अडकत नाही. तो वस्तुनिष्ठ पाहतो. ही तज्ज्ञ नजर अनेक चुका टाळते.

सल्ला न घेतल्याने होणाऱ्या सामान्य चुका

- एकाच ठिकाणी सगळी गुंतवणूक,
- गरज नसताना कर्ज,
- विमा कमी किंवा चुकीचा,
- कर नियोजनाचा अभाव,
- उद्दिष्टांशिवाय गुंतवणूक,

या चुका सुधारायला वेळ आणि पैसा दोन्ही लागतो.

तज्ज्ञांचा सल्ला कधी घ्यावा?

सगळ्या गोष्टींसाठी लगेच सल्ला हवा असं नाही. पण काही टप्प्यांवर तो फार उपयोगी ठरतो.

१. **मोठा आर्थिक निर्णय घेताना**

घर, व्यवसाय, मोठी गुंतवणूक, इथे चूक महाग पडते.

२. **जीवनातील बदलाच्या टप्प्यावर**

लग्न, मूल, नोकरी बदल, निवृत्ती या टप्प्यांवर नियोजन बदलायला हवं.

३. **गोंधळ वाटायला लागतो तेव्हा**

एखाद्या प्रसंगी खूप पर्याय, खूप सल्ले मिळतात. तेव्हा एक स्थिर मार्ग हवा असतो.

४. **चुका पुन्हा पुन्हा होत असतील तेव्हा**

एखाद्या बाबतीत माणूस वारंवार त्याच चुका करत असतो. तेव्हा तज्ज्ञांची मदत गरजेची असते.

एक भ्रम : सल्ला घेतला म्हणजे नियंत्रण जातं!

काही लोकांना वाटतं तज्ज्ञांचा सल्ला घेतला, की आपलं नियंत्रण जातं. खरं तर योग्य सल्ला तुमचं नियंत्रण वाढवतो. खरं तर निर्णय तुम्हीच घेत असता पण तज्ज्ञांच्या सल्ल्यामुळे पर्याय स्पष्ट होतात, धोके समजतात. सल्ला म्हणजे आदेश नसतो, सल्ला म्हणजे **मार्गदर्शन** असते.

योग्य तज्ज्ञ कसा ओळखायचा?

हे फार महत्त्वाचं आहे. योग्य तज्ज्ञ,

- तुमचं ऐकून घेतो.
- लगेच एखादी स्कीम तुमच्याकडे ढकलत नाही.
- जोखीम स्पष्ट सांगतो.
- दीर्घकालीन विचार करतो.

चुकीचा सल्लागार,

- हमखास परताव्याची भाषा करतो.
- घाईचा दबाव टाकतो.
- फक्त कमिशनवर लक्ष ठेवतो.

इथे सावध राहणं गरजेचं आहे.

फुकट सल्ला आणि त्याची किंमत

फुकट सल्ला खूप महाग पडू शकतो. कारण,

- तो खास तुमच्यासाठी नसतो.
- तो चुकला तर त्याची जबाबदारी कोणीही घेत नाही.

तज्ज्ञांचा सल्ला फक्त माहितीसाठी नसतो, तो जबाबदारीसाठी असतो.

तज्ज्ञांचा सल्ला आणि स्वतःचा विचार : दोन्ही गरजेचे!

तज्ज्ञांचा सल्ला घ्या, पण स्वतः विचार करणं सोडू नका.

- प्रश्न विचारा.
- विषय समजून घ्या.
- अंधविश्वास टाळा.

सर्वोत्तम निर्णय या दोघांच्या समन्वयातून होतो.

सल्ला घेणं म्हणजे कमीपणा नव्हे.

खूप लोक सल्ला घेणं, हा कमीपणा मानतात. पण प्रत्यक्षात ते शहाणपणाचं लक्षण आहे. कारण आपण सर्वज्ञ नसतो. वेळ, अनुभव आणि दृष्टिकोन यांचा योग्य वापर म्हणजेच सल्ला.

तज्ज्ञांचा सल्ला आणि दीर्घकालीन श्रीमंती

श्रीमंतीचा प्रवास लांबलचक असतो. या प्रवासात,

- योग्य वेळी दिशा मिळाली,
- मोठ्या चुका टळल्या,
- निर्णय शांतपणे घेतले गेले,

तर प्रवास सोपा होतो. तज्ज्ञ हा त्या प्रवासातला एक विश्वासार्ह सहप्रवासी असतो. सगळं स्वतः करायचा हट्ट कधी कधी महाग पडतो. **योग्य वेळी घेतलेला सल्ला हा खर्च नसतो, ती गुंतवणूक असते.**

केल्याने होत आहे, आधी केलेची पाहिजे! आजपासून हे कराच!

१. योग्य आणि विश्वासू सल्लागार नेमा.
२. त्याच्याशी प्रदीर्घ चर्चा करा, तुमच्या सर्व शंकांचे निरसन करून घ्या.
३. हे करताना त्रासू, लाजू किंवा कंटाळू नका.

भाग ६

गुंतवणूक, सुरक्षा आणि मानसिक शांतता

प्रकरण १

टर्म इन्शुरन्स म्हणजे पैसे वाया?

“मी इतकी वर्षं प्रीमियम भरतोय आणि काहीच परत मिळत नाही.”

“टर्म इन्शुरन्स घेतला आणि जिवंत राहिलो तर पैसे वाया जातील ना?”

हा प्रश्न मी जवळजवळ प्रत्येक कुटुंबात ऐकला आहे आणि तो ऐकून मला नेहमी वाटतं, आपण **विम्याकडे गुंतवणूक म्हणून पाहतो म्हणूनच गोंधळ होतो.** टर्म इन्शुरन्स घेतला म्हणजे पैसे वाया गेले आहेत का, हे समजून घेताना आधी एक गोष्ट स्पष्ट करावी लागेल. विमा आणि गुंतवणूक या दोन वेगवेगळ्या गोष्टी आहेत.

टर्म इन्शुरन्स म्हणजे नेमकं काय?

टर्म इन्शुरन्स म्हणजे, तुमच्या पश्चात तुमच्या कुटुंबाची आर्थिक सुरक्षा. ठरावीक कालावधीसाठी, ठरावीक प्रीमियम भरत राहायचं. त्या कालावधीत तुमचा मृत्यू झाला, तर तुमच्या कुटुंबाला ठरावीक विमा रक्कम मिळते. याला टर्म इन्शुरन्स म्हणतात. यामुळे कुटुंबाला आर्थिक आधार मिळतो आणि सुदैवाने तसे काही झाले नाही, तर तुमचं आयुष्य सुरळीत चालू असतेच!

एक चुकीचा निष्कर्ष : काही मिळत नाही!

आपण म्हणतो, “टर्म इन्शुरन्समध्ये काही परत मिळत नाही.” पण प्रश्न असा आहे, आपल्याला नेमकं काय हवंय?

- मानसिक शांतता,
- कुटुंबाची सुरक्षितता,
- भविष्यातील भीतीपासून संरक्षण,

या गोष्टी आपल्याला हव्या आहेत. या पैशात मोजता येत नाहीत. आपण घराला कुलूप लावतो, पण चोरी झाली नाही तर कुलपाचे पैसे वाया गेले, असं म्हणतो का?

विमा गरजेचा का असतो?

कारण आयुष्य अनिश्चित आहे. आज सर्व ठीक आहे, उद्या काय होईल सांगता येत नाही.

- तुमच्यावर घर चालत असेल.
- कर्जांचे हप्ते अवलंबून असतील.
- मुलांचं शिक्षण अवलंबून असेल.

तर तुम्ही फक्त स्वतःसाठी नाही, **इतरांसाठीही जबाबदार असता.** टर्म इन्शुरन्स ही त्या जबाबदारीची पूर्तता आहे. "मी गुंतवणूक करतो, विम्याची गरज नाही." हा खूप मोठा गैरसमज आहे. गुंतवणूक हळूहळू वाढते, तिची फळे मिळायला वेळ लागतो. विमा मात्र पहिल्या दिवसापासूनच संरक्षण देतो. म्हणून विमा आणि गुंतवणूक एकमेकांचे पर्याय नसतात, ते पूरक असतात.

टर्म इन्शुरन्स इतका स्वस्त का असतो?

कारण तो फक्त संरक्षण देतो. त्यात,

- बचत नसते.
- गुंतवणूक नसते.
- बोनस नसतो.

म्हणून तो स्वस्त असतो आणि प्रभावीही असतो. इथे तुम्हाला मोठी विमा रक्कम कमी प्रीमियममध्ये मिळते.

एंडोमेंट प्लॅन चांगला नसतो का?

तो वाईट नाही पण त्याचा उद्देश वेगळा आहे. विमा आणि गुंतवणूक यांचे ते मिश्रण आहे पण त्यामुळे होते असे, की त्यात विमा आणि गुंतवणूक या दोन्ही गोष्टींचे

फायदे व्यवस्थित मिळत नाहीत. म्हणजे दोन्ही कामं अर्धवट होतात. उत्तम मार्ग असा असतो, की विम्यासाठी टर्म इन्शुरन्स उतरवावा आणि उत्पन्नासाठी वेगळी गुंतवणूक करावी. हे वेगवेगळे असले की दोन्ही हेतू सहज साध्य होतात.

टर्म इन्शुरन्स कधी घ्यावा?

उत्तर सोपं आहे, **ज्या क्षणी तुमच्यावर कोणी आर्थिकदृष्ट्या अवलंबून आहे, त्या क्षणी.**

- लग्नानंतर,
- मुलं झाल्यावर,
- कर्ज घेतल्यावर,

वय वाढलं की प्रीमियम आणि आरोग्याचे प्रश्न वाढतात. लवकर घेतलेला टर्म इन्शुरन्स सोपा आणि स्वस्त असतो.

कव्हर म्हणजे काय? किती कव्हर घ्यावं?

हा फार महत्त्वाचा प्रश्न आहे. विमा रक्कम ठरवताना,

- कुटुंबाचा वार्षिक खर्च,
- सर्व कर्जाची परतफेड,
- मुलांचं पुढील शिक्षण,
- भविष्यातील सर्व गरजा,

हे सगळं लक्षात घ्यायला हवं. समजा एखाद्या कुटुंबाला वरील सर्व गोष्टींसाठी पाच कोटी रुपये लागत असतील, तर पाच कोटी रुपये हे त्या कुटुंबाचे कव्हर होय.

"माझ्याकडे आधीच विमा आहे," हे म्हणण्याआधी तो पुरेसा आहे का हे तपासा.

कधीच वापरायचा नसेल तर का घ्यायचा?

याचं उत्तर खूप साधं आहे, तुम्हाला तो वापरायची वेळच येऊ नये, हीच खरी अपेक्षा असते. टर्म इन्शुरन्स वापरण्यासाठी घेतला जात नाही, तो वापरायची वेळ येऊ नये म्हणून घेतला जातो.

टर्म इन्शुरन्स आणि आत्मसन्मान

एक गोष्ट फार कमी बोलली जाते. टर्म इन्शुरन्स कुटुंबाचा आत्मसन्मान जपतो.

- कोणावर अवलंबून राहावं लागत नाही.
- तडजोडीत आयुष्य जगावं लागत नाही.
- संकटातही निर्णय घेण्याची ताकद मिळते.
  ही ताकद पैशांपेक्षा मोठी असते.

'पैसे वाया' ही भावना कशी जाते?

जेव्हा तुम्हाला विम्याचा उद्देश समजतो, तेव्हाच ही भावना जाते. कारण तुमच्या लक्षात येतं, मी पैसे आर्थिक फायद्यासाठी नव्हे तर, कुटुंबीय सुरक्षित ठेवण्यासाठी भरतो आहे.

विमा म्हणजे प्रेमाची आर्थिक भाषा!

आपलं कुटुंबावरील प्रेम विम्याद्वारे कळते. विमा घेऊन आपण कुटुंबाला सांगितलेले असते,

"मी नसलो, तरीही तुम्ही सुरक्षितच असाल." थोडक्यात, टर्म इन्शुरन्सचे पैसे कधीही वाया जात नाहीत. खरं तर आपला पैसा कधीच खर्च व्हायला नको पण कुटुंब धुळीत मिळायच्या ऐवजी तो या ठिकाणी खर्च झाला, तर काही हरकत नाही!

केल्याने होत आहे, आधी केलेची पाहिजे! आजपासून हे कराच!

१. तुमच्यावर अवलंबून असणाऱ्या माणसांची यादी करा.
२. त्यानुसार तुमचा सध्याचा विमा पुरेसा आहे की नाही ते तपासा.
   योग्य रकमेचा विमा उतरवा.
३. विमा आणि गुंतवणूक वेगळी ठेवा.

प्रकरण २

रात्री शांत झोप लागेल अशीच गुंतवणूक करा

"आज मार्केटचं काय झालं?"

"उद्या काहीतरी घसरण होणारे म्हणे..."

"रात्री झोपच लागत नाही, पैसे अडकलेत."

ही वाक्यं ऐकली की एक गोष्ट स्पष्ट होते, **गुंतवणुकीपेक्षाही महत्त्वाचं काहीतरी हरवतंय.** ते म्हणजे **मानसिक शांतता.** पैसा वाढूनही जर झोप उडत असेल, तर ती गुंतवणूक श्रीमंतीकडे नाही, तर तणावाकडे नेते.

गुंतवणूक म्हणजे फक्त परतावा नव्हे.

आपण गुंतवणूक पाहतो. किती टक्के परतावा मिळेल, किती लवकर मिळेल, इतरांपेक्षा जास्त मिळेल का ; असे प्रश्न विचारतो. पण फार कमी वेळा विचारतो, या गुंतवणुकीमुळे माझं मन शांत आहे का? खरी गुंतवणूक फक्त खात्यातील आकडे वाढवत नाही, ती मनातली भीती कमी करते.

झोप उडवणारी गुंतवणूक का धोकादायक आहे? कारण,

- तिच्यामुळे सतत चिंता लागून राहते.
- मग सर्व निर्णय घाईघाईत घेतले जातात.
- चढ-उतार सहन होत नाहीत.

- मध्येच पैसे काढले जातात.

अशा गुंतवणुकीत परतावा असो वा नसो, मानसिक नुकसान नक्कीच होतं.

एक अर्धसत्य : जास्त जोखीम म्हणजे जास्त परतावा

हे वाक्य ऐकायला आकर्षक आहे पण ते अपूर्ण आहे. खरं वाक्य असं असायला हवं,

जितकी जोखीम तुम्ही पचवू शकता, तितकीच जोखीम घ्या.

- जर थोडीही घसरण सहन होत नसेल,
- रोज भाव बघावासा वाटत असेल,
- रोज रात्री डोक्यामध्ये विचार थैमान घालत असतील,

तर, ती जोखीम तुमच्यासाठी जास्त आहे.

गुंतवणूक आणि तुमची मानसिक रचना

प्रत्येक माणूस वेगळा असतो.

- कोणी शांतपणे चढ-उतार सहन करतो.
- कोणी थोड्या हालचालींनीही अस्वस्थ होतो.

दोन्ही बरोबर आहेत. चूक होते ती इथे. आपण इतरांसारखं व्हायचा प्रयत्न करतो. गुंतवणूक कॉपी पेस्ट पद्धतीने करायची नसते, ती वैयक्तिकदृष्ट्या वेगवेगळी करायची असते.

"सगळे करतात," म्हणून घेतलेली गुंतवणूक

हा सगळ्यात धोकादायक निर्णय असतो. मित्रांनी केली, सोशल मीडियावर पाहिली, ऑफिसमध्ये चर्चा आहे म्हणून आपणही तशीच गुंतवणूक करणे योग्य नव्हे. त्या सर्वांची झोप तुमच्यासारखी आहे का? त्यांच्यावर तुमच्यासारखी जबाबदारी आहे का? हेही बघायला हवे. ते तसे नसेल, तर गुंतवणूकही तशी नसावी.

रात्री शांत झोप कधी लागते?

- जेव्हा गुंतवणूक विचारपूर्वक केलेली असते.
- जेव्हा अपेक्षा वास्तविक असतात.

- जेव्हा जोखीम स्वीकारलेली असते.
- जेव्हा आपत्कालीन निधी तयार असतो.

  या चार गोष्टी असतील तर शेअरबाजार पडला तरी काही फरक पडत नाही.

हाय रिटर्नपेक्षा हाय पीस

खूप लोक म्हणतात, "मी थोडी जास्त जोखीम घेतोय, रिटर्न जास्त मिळेल."

पण तो रिटर्न मिळेपर्यंत तुमचं मन शांत रहाणार नसेल, तर तो रिटर्न महाग आहे. श्रीमंती म्हणजे फक्त जास्त पैसा नव्हे, **श्रीमंती म्हणजे शांत मन!**

दीर्घकालीन विचार आणि शांत झोप

जेव्हा गुंतवणूक दीर्घकालीन असते, तेव्हा

- रोज बघायची गरज नसते.
- चढ-उतार महत्त्वाचे वाटत नाहीत.
- मन स्थिर राहतं.

  लहान कालावधीची, अंदाजाने केलेली गुंतवणूक झोप उडवते.

विविधता (डिवर्सिफिकेशन) आणि मानसिक शांतता

सगळे पैसे एका ठिकाणी अडकवले, तर प्रत्येक बदल घाबरवतो. पण पैसा वेगवेगळ्या ठिकाणी असेल, तर जोखीम विभागली जाते आणि मनही. विविधता म्हणजे फक्त आर्थिक नव्हे, तर मानसिक सुरक्षितताही असते.

एक महत्त्वाचा प्रश्न : मी हे सहन करू शकतो का?

गुंतवणूक करण्याआधी हा प्रश्न स्वतःला विचारा,

- शेअरबाजार २०% पडला, तर मी शांत राहीन का?
- २–३ वर्षे परतावा दिसला नाही, तरी चालेल का?
- मला ही रक्कम लगेच लागणार तर नाही ना?

  या प्रश्नांचं उत्तर 'नाही' असे असेल, तर गुंतवणूक बदलायला हवी.

शांत झोप लागते तेव्हा काय होतं?

- निर्णय घाईघाईत घेतले जात नाहीत.

- चांगल्या संधी ओळखता येतात.
- शेअरबाजाराचा फायदा घेता येतो.
- आयुष्य संतुलित राहतं.

शांत झोप तुमची आर्थिक ताकद वाढवते.

गुंतवणूक म्हणजे स्पर्धा नाही!

कोणी किती कमावलं, याची स्पर्धा नसते. तुमचं आयुष्य, तुमची जबाबदारी, तुमची झोप हे सगळं वेगळं आहे. म्हणून तुमच्यासाठी योग्य असलेली गुंतवणूक इतरांपेक्षा वेगळी असू शकते.

झोप आणि श्रीमंती यांचा खरा संबंध

श्रीमंत माणूस रात्री शांत झोपतो. कारण,

- त्याने सगळे पैसे एकाच ठिकाणी गुंतवलेले नसतात.
- त्याला उद्याची भीती नसते.
- त्याने आयुष्य पैशाच्या स्वाधीन केलेलं नसतं.

हीच खरी श्रीमंती आहे. पैसा वाढणं महत्त्वाचं आहे. पण **रात्री शांत झोप लागणं त्याहून महत्त्वाचं आहे.**

केल्याने होत आहे, आधी केलेची पाहिजे! आजपासून हे कराच!

१. तुमच्या जोखीमक्षमतेशी न जुळणाऱ्या गुंतवणुकीचा पुनर्विचार करा.

२. रक्कम, कालावधी आणि परतावा या तिन्ही दृष्टिकोनांतून रात्री शांत झोप लागेल अशीच गुंतवणूक करा.

प्रकरण ३

साठलेल्या पुंजीचे वेळीच नियोजन

"पैसे तर साठले आहेत... पण आता त्याचं काय करायचं?"

जेव्हा आयुष्यात पहिल्यांदा थोडी मोठी रक्कम हातात दिसायला लागते, तेव्हा हा प्रश्न खूप लोक विचारतात. बचत, गुंतवणूक, परतावा यांमुळे हळूहळू पुंजी तयार होते. इथेच एक महत्त्वाचा प्रश्न येतो. ही साठलेली पुंजी तशीच ठेवायची की आणखी कुठे वापरायची? साठवणूक करणं एक कला आहे, पण **साठलेल्या पुंजीचं नियोजन करणं ही सत्त्वपरीक्षा आहे.**

'साठलेली पुंजी' म्हणजे नेमकं काय?

साठलेली पुंजी म्हणजे अनेक वर्षांच्या बचतीतून, गुंतवणुकीतून आणि परताव्यातून हळूहळू तयार झालेली रक्कम. ही पुंजी अचानक मिळालेली नसते किंवा घाईघाईत आलेली नसते. म्हणूनच ती घाईघाईने वापरू नये.

साठलेली पुंजी चुकीच्या वेळी वापरली तर?

इथेच अनेक लोक चुकतात. ते अचानक मोठी खरेदी करतात, गरज नसलेली लक्झरी घेतात, मौजमाजेचा अतिरेक करतात. कोणाच्यातरी सांगण्यावरून मोठी गुंतवणूक करतात. या निर्णयांमुळे वर्षानुवर्षांची मेहनत क्षणात विस्कटते. पुंजी साठवणं जितकं अवघड असतं, तिचा गैरवापर करणं तितकंच सोपं असतं.

पुंजी साठवली म्हणजे काम संपलं नाही.

पुंजी साठली म्हणजे नियोजनाचा खरा टप्पा सुरू होतो. कारण आता प्रश्न बदलतो. किती कमवायचं, असा प्रश्न नसून किती सुरक्षित ठेवायचं आणि किती वापरायचं, हे प्रश्न तयार होतात. या टप्प्यावर जोखीम घेण्याची भूमिका बदलते.

आयुष्याचे टप्पे आणि पुंजीचे नियोजन

साठलेली पुंजी सगळ्यांनी एकसारखी वापरायची नसते.

- तरुण वयात → वाढ महत्त्वाची
- मध्यम वयात → संतुलन महत्त्वाचं
- पुढच्या टप्प्यात → संरक्षण महत्त्वाचं

वय वाढलं, की पुंजीचा उद्देश बदलतो, तो वाढीकडून **सुरक्षेकडे** जातो.

एक धोका : सगळं वाढीसाठीच ठेवू!

खूप लोक म्हणतात, “पैसे आहेत, वाढतच राहू दे.”

पण जेव्हा पुंजी मोठी होते, तेव्हा एक मोठा धोका तयार होतो, गमावण्याचा धोका. १०% पडझड लहान रकमेवर सहन होते, पण मोठ्या पुंजीवर ती मानसिकदृष्ट्या हादरवते. म्हणून सगळं वाढीसाठी ठेवणं शहाणपणाचं नसतं.

पुंजीचे भाग करणे गरजेचे का आहे?

साठलेल्या पुंजीकडे एकाच दृष्टिकोनातून पाहू नका. तिला वेगवेगळ्या उद्देशांसाठी भागांत विभागा!

- रोजच्या गरजांसाठी,
- जवळच्या भविष्यासाठी,
- दीर्घकालीन सुरक्षिततेसाठी,
- आणि थोडी वाढीसाठी,

हे विभाजन केलं की घाईचे निर्णय टाळता येतात आणि योग्य वेळी योग्य रक्कम वापरता येते.

एक अर्धसत्य : पैसे बँकेतच सुरक्षित आहेत

बँक सुरक्षित असते, पण पैसा तिथे वाढत नाही. महागाई हळूहळू त्यांचे मूल्य कमी करते. म्हणून साठलेली पुंजी फक्त एका ठिकाणी ठेवणं योग्य नाही. सुरक्षा आणि वाढ दोन्हींचा समतोल हवा.

पुंजी आणि मानसिक शांतता

साठलेली पुंजी तुमचं मन हलकं करायला हवी, जड नाही.

- जर रोज चिंता वाटत असेल,
- 'कुठे ठेवली आहे' हेच आठवत असेल,
- चढ-उतार अस्वस्थ करत असतील,

तर नियोजनात बदल हवा. पुंजीचा उद्देश शांतता देणं आहे, ताण नाही.

योग्य प्रश्न : आत्ता सल्ला घ्यावा का?

हो. पुंजी साठली की तज्ज्ञांचा सल्ला खूप मोलाचा ठरतो. कारण या वेळी झालेल्या चुका महाग पडतात, या वेळी भावनांचा प्रभाव जास्त असतो आणि या वेळी घेतलेले निर्णय दीर्घकालीन टिकतात.

पुंजी आणि कुटुंबाची भूमिका

एक गोष्ट लक्षात ठेवा, साठलेली पुंजी फक्त तुमची नसते. ती असते,

- कुटुंबाच्या सुरक्षिततेसाठी,
- भविष्यातील गरजांसाठी,
- पुढच्या पिढीच्या आधारासाठी,

म्हणून नियोजन करताना फक्त आज न पाहता उद्याकडेही पाहा.

एक धोका : मी हे सगळं स्वतःच बघतो!

स्वतः बघणं चांगलं असतं पण सगळं स्वतःच करणं गरजेचं नसतं. गुंतवणूक क्षेत्रात तर ही जोखीम शक्यतो घेऊच नये. कारण म्युच्युअल फंड चालवणाऱ्या कंपन्यांनी देशापरदेशातील तज्ज्ञ या कामावर ठेवलेले असतात. त्यांना तुमच्या आमच्यापेक्षा खूप जास्त ज्ञान असतं. त्या ज्ञानाचा फायदा आपण करून घेणं, यातच शहाणपणा आहे. तात्पर्य, तुम्ही हे शक्यतो बघू नका!

साठलेली पुंजी म्हणजे स्वातंत्र्याची चावी

योग्य नियोजन केलं, तर

- हवे ते निर्णय घ्यायला मोकळीक मिळते.
- काम करायचं की नाही हे ठरवता येतं.
- आयुष्यातली धावपळ कमी करता येते.
  हीच खरी श्रीमंती आहे.

वेळेत नियोजन करणं का महत्त्वाचं?

कारण उशिरा केलेलं नियोजन पर्याय कमी करतं. वेळीच केलेलं नियोजन पर्याय वाढवतं. आज निर्णय घेतले, तर उद्या शांतता मिळते. पैसा साठवणं ही यशाची सुरुवात आहे. पण साठलेल्या पुंजीचं वेळीच केलेलं नियोजन हेच यश टिकवून ठेवतं.

केल्याने होत आहे, आधी केलेची पाहिजे! आजपासून हे कराच!

मोठे आर्थिक निर्णय घेताना घाई, गडबड करू नका.

योग्य सल्लागाराकडून सल्ला घ्या.

प्रकरण ४

अपयशातून काय शिकावे

"मी चुकीचा निर्णय घेतला."

"त्या वेळी ऐकलं असतं तर..."

"नुकसान झालं, आता पुन्हा धजावं का?"

आर्थिक प्रवासात अपयश टळत नाही. ते कोणालाच चुकलेलं नाही. नोकरीत, व्यवसायात, गुंतवणुकीत, कुठे ना कुठे ते भेटतंच. पण अपयश आल्यानंतर आपण काय करतो, ही खरी कसोटी असते. ते आपल्याला उद्ध्वस्त करतं की आपल्याला शहाणं बनवतं?

अपयश म्हणजे नेमकं काय?

अपयश म्हणजे,

- नुकसान,
- अपेक्षित परतावा न मिळणं,
- निर्णय चुकणं,

पण अपयश आले म्हणजे तुम्ही अयशस्वी माणूस आहात, असा अर्थ नसतो. तो एका निर्णयाचा परिणाम असतो. हे समजलं, की मन हलकं होतं.

अपयश मनाला का लागते?

कारण पैसा फक्त एक आकडा नसतो.

- त्यासाठी मेहनत केलेली असते
- त्यावर स्वप्न अवलंबून असतात.

- तो तुमच्या आत्मविश्वासाशी जोडलेला असतो

म्हणूनच अपयश आलं, की स्वतःचीच शंका येते.

"आपणच चुकलो... आपल्याला काहीच कळत नाही." हे विचार नैसर्गिक आहेत, पण त्यात अडकून राहणं धोकादायक आहे. अपयश टाळण्याचा अट्टहास चुकीचा आहे. काही लोक म्हणतात "मी कधीच चूक करणार नाही." पण जिथे निर्णय आहेत, तिथे चुका असतात. अपयश टाळण्याचा प्रयत्न माणसाला,

- संधींपासून दूर ठेवतो.
- भीतीग्रस्त बनवतो.
- एकाच जागी अडकवतो.

श्रीमंतीचा प्रवास चुका न केल्याने नाही, तर **चुकांमधून शिकल्यामुळे होतो**.

अपयशातून शिकायचं म्हणजे काय?

शिकणं म्हणजे स्वतःला दोष देणं नाही. शिकणं म्हणजे,

- काय चुकलं ते पाहणं.
- का चुकलं ते समजून घेणं.
- पुढे ते टाळणं.

हे शांतपणे झालं, तर अपयश तुमचा शिक्षक बनतं.

आर्थिक अपयशाची सामान्य कारणं

बहुतेक आर्थिक अपयश या कारणांनी होतं,

- घाईत घेतलेले निर्णय,
- इतरांचं अंधानुकरण,
- पूर्ण माहिती नसणं,
- जोखीम न समजणं,
- भावनांवर नियंत्रण नसणं,

ही कारणं ओळखली की पुढची चूक टाळता येते.

काही धोकादायक निष्कर्ष : मी असाच आहे!

अपयशानंतर लोक काही निष्कर्ष काढतात,

“मला गुंतवणूक जमत नाही.”

“मी पैशांच्या बाबतीत वाईट आहे.”

हे निष्कर्ष तुमचं भविष्य ठरवतात पण ते चुकीचे असतात. तुम्ही एकदा चुकलात म्हणजे तुम्ही कायम चुकणार, असं काहीही नसतं.

अपयश आणि आत्मविश्वास

अपयशानंतर आत्मविश्वास संपलेला असतो. मग तो आत्मविश्वास परत कधी येतो? जेव्हा तुम्ही म्हणता, “मी चुकलो, पण शिकलो.” त्यानंतर हळूहळू आत्मविश्वास परत मिळतो. आत्ता आलेला आत्मविश्वास पोकळ नसतो, तो अनुभवातून आलेला असतो.

अपयश म्हणजे थांबण्याचं कारण नाही.

काही लोक अपयशानंतर,

- सगळं बंद करतात.
- निर्णय टाळतात.
- पैसा हलवायलाही घाबरतात.

हे नैसर्गिक आहे, पण दीर्घकाळ चालू राहणे योग्य नाही. कारण न थांबणं महत्त्वाचं असतं, डोळे मिटून पुढे जाणं नव्हे. थोडं थांबा, समजून घ्या, आणि मग पुढे जा.

अपयशानंतर काय बदलायला हवं?

- निर्णय घेण्याची पद्धत,
- अपेक्षा,
- जोखीमक्षमता,
- सल्ला घेण्याची तयारी,

हे बदल झाले, तर पुढचा टप्पा जास्त मजबूत होतो.

“लोक काय म्हणतील,” याची भीती

अपयशानंतर लोक काय म्हणतील याची भीती जास्त असते. पण लोक थोडा वेळ बोलतात, आयुष्य तुम्हालाच जगायचं असतं. तुमचा प्रवास लोकांच्या मतांवर अवलंबून नसावा.

अपयश आणि नम्रता

अपयश माणसाला नम्र बनवतं.

- 'मला सगळं येतं' हा अहंकार जातो.
- शिकण्याची तयारी होते.
- सल्ला ऐकण्याची क्षमता वाढते.

  ही नम्रता श्रीमंती टिकवण्यासाठी खूप महत्त्वाची असते.

अपयशातून यशाकडे जाण्याचा पूल

अपयश आणि यश शत्रू नाहीत. ते एकाच प्रवासाचे दोन टप्पे आहेत. अपयशाशिवाय यश बहुतेक वेळा कमकुवत ठरतं. शिकलेल्या अपयशातून आलेलं यश मात्र टिकतं.

एक भ्रम : माझं अपयश वेगळं आहे!

तुम्ही एकटे नसता. आपण ज्यांना आज यशस्वी म्हणतो, त्यांच्या मागे अपयशांची लांबलचक यादी असते. फरक इतकाच, ते थांबलेले नसतात, ते शिकत राहतात.

अपयश आणि संयम

अपयशानंतर लगेच सगळं सुधारायचा प्रयत्न घाईचा ठरतो. संयम ठेवा. मन शांत झालं, की निर्णय घ्या. अपयश म्हणजे प्रवासाचा शेवट नाही. **अपयश म्हणजे दिशा बदलण्याचा फलक.** जो माणूस हा फलक वाचतो, तो पुढे पोहोचतो.

केल्याने होत आहे, आधी केलेची पाहिजे! आजपासून हे कराच!

१. तुमच्या प्रत्येक आर्थिक अपयशाकडे प्रामाणिकपणे बघा.

२. त्याचे विश्लेषण करा.

३. त्यामागची कारणे लिहून काढा.

भाग ७

नाती, आरोग्य आणि कुटुंबीय आर्थिक नियोजन

प्रकरण १

खरी श्रीमंती : माणुसकी

“पैसे आले पण माणसं दूर गेली.”

“सगळं आहे, तरी आयुष्य एकाकी आहे.”

“यश मिळालं पण आनंद नाही.”

ही वाक्यं ऐकली की एक गोष्ट प्रकर्षाने जाणवते, **श्रीमंती फक्त खात्यातल्या आकड्यांत नसते, ती नात्यांमध्ये असते.** पैसा आयुष्य सुलभ करतो, पण नाती आयुष्य अर्थपूर्ण करतात.

पैसा वाढला की नाती आपोआप सुधारतात का?

दुर्दैवाने नाही. पैसा वाढला की अनेकदा अहंकार व अपेक्षा वाढतात, तुलना सुरू होते आणि वेळ कमी होतो. नकळत नात्यांवर ताण येतो. म्हणूनच श्रीमंती वाढताना, नाती जपणं फार महत्त्वाचं ठरतं.

एक गैरसमज : मी कुटुंबासाठीच करतो आहे!

अनेक लोक म्हणतात, “मी हे सगळं कुटुंबासाठीच करतोय.” पण कुटुंबासाठी तुम्ही वेळ देत नसाल आणि कुटुंबाबरोबर तुमचा संवाद नसेल, कोणतेही निर्णय एकतर्फी असतील, तर तो पैसा असूनही नात्यांमध्ये दुरावा वाढतो. कुटुंबाला फक्त पैसा नको असतो, **उपस्थिती, संवाद आणि आदरही हवा असतो.**

श्रीमंती आणि नम्रता

खरी श्रीमंती माणसाला नम्र बनवते.

- यश आलं, तरी पाय जमिनीवर ठेवते.
- पैसा असूनही माणुसकी जपते.
- 'मी'पेक्षा 'आपण' महत्त्वाचं मानते.

जिथे पैसा अहंकार वाढवतो, तिथे श्रीमंती अपयशी ठरते.

नात्यांतला आर्थिक संवाद

नात्यांमध्ये पैशांबद्दल बोलणं टाळलं जातं. पण हेच अनेक वादांचं मूळ ठरतं. मग खर्चाबद्दल गैरसमज होतात. त्यामुळे एकमेकांबद्दल गैरसमज होतात.मग अपेक्षांमध्ये फरक पडतो. भविष्याबद्दल असुरक्षितता तयार होते. पण खुला, शांत आर्थिक संवाद नात्यांना मजबूत करतो. पैसे लपवले, तर विश्वास कमी होतो.

जोडीदार आणि आर्थिक भागीदारी

दांपत्यामध्ये पैसा ही सगळ्यात संवेदनशील बाब असते.

- कोण किती कमावतो.
- कोण खर्च करतो.
- कोण निर्णय घेतो.

यांवरून वारंवार भांडणे होतात. ती नीट सुटली नाहीत, तर नात्यात ताण येतो. जोडीदार म्हणजे फक्त भावनिक नाही, **आर्थिक भागीदारही असतो.**

पालक, मुले आणि पैसा

पालकांनी मुलांना पैशांची किंमत शिकवावी पण त्यांना पैशाचा ताण देऊ नये. मुलांनी पैशांची किंमत शिकावी पण पैशाला भिऊ नये. त्यावर माणसांची किंमत तर मुळीच करू नये.

पैसा आला की नाती बदलतात का?

नाती बदलत नाहीत, लोक बदलतात आणि तो बदल पैसा कसा हाताळला जातो यावर अवलंबून असतो. पैसा काहींची खरी ओळख दाखवतो, काहींची खरी किंमत वाढवतो. तो तुमचं काय करतो, हे तुमच्यावर आहे.

"लोक माझ्याजवळ का आहेत?"

हा प्रश्न स्वतःला विचारा.

- माझ्या पैशामुळे?
- माझ्या पदामुळे?
- की माझ्या माणुसकीमुळे?

उत्तर जरी अस्वस्थ करणारं असलं, तरी ते आवश्यक असतं. कारण नाती खरी असतील तरच टिकतात.

श्रीमंती आणि कृतज्ञता

कृतज्ञता श्रीमंतीला अर्थ देते. तुम्हाला आत्तापर्यंत ज्या लोकांमुळे जे काही मिळाले आहे, त्याबद्दल त्या लोकांचे कायम आभार माना. तुमच्या कामात ज्यांनी साथ दिली त्यांच्याबद्दल आदरभाव ठेवा. ज्यांच्यामुळे तुम्ही उभं राहिलात त्यांची आठवण ठेवा. कृतज्ञ माणूस हा कायम मोठा असतो, मग त्याच्याकडे पैसा असो वा नसो.

शेवटी एक साधा विचार

आयुष्यात एक दिवस असा येतो की बँक बॅलन्स, मालमत्ता या गोष्टी कागदांवर राहतात. नाती, प्रेम आणि माणुसकी प्रत्यक्षात अनुभवली जाते. त्या दिवशी तुमचं मोजमाप तुमच्या पैशावरून नाही, तुमच्या वागणुकीवरून होतं. पैसा आयुष्य उंचावतो. पण **माणुसकी आयुष्य पूर्ण करते.** हीच खरी श्रीमंती असते.

केल्याने होत आहे, आधी केलेची पाहिजे! आजपासून हे कराच!

१. तुमच्या महत्त्वाच्या नातेवाइकांची, मित्रांची यादी करा.

२. पैशामुळे त्या कोणत्याही नात्यात ताण आहे का, ते तपासा.

३. जिथे जिथे ताण आहे, तिथे शांतपणे चर्चा करून ते ताण नष्ट करा.

प्रकरण २

आरोग्य : दुर्लक्षित केल्यास संपत्तीही अपयशी ठरते

"पैसे कमवू या आधी, आरोग्य नंतर पाहू."
"आत्ता वेळ नाही, काम खूप आहे."
"थोडं थकलोय, पण चालेल."

ही वाक्यं आपल्यापैकी अनेकांनी स्वतःला सांगितली आहेत. हळूहळू, याच वाक्यांमधून आरोग्य दुर्लक्षित होऊ लागतं. पण एक कठोर सत्य आहे, **आरोग्य नसेल, तर कमावलेली संपत्ती उपभोगता येत नाही आणि अनेकदा ती वाचवायलाच खर्च होते.**

आरोग्य आणि पैसा : कोण कोणावर अवलंबून आहे?

आपण नेहमी म्हणतो, "पैसा असेल, तर उपचार करता येतात." हे अर्धसत्य आहे. पूर्णसत्य असं आहे,

आरोग्य असेल, तरच पैसा कमावता, जपता आणि वापरता येतो. काम करण्याची क्षमता, निर्णय घेण्याची ताकद, ताण सहन करण्याची क्षमता, हे सगळं आरोग्यावर अवलंबून आहे.

एक भ्रम : थोडं आजारपण चालतं!

सुरुवातीला, थकवा, झोपेचा अभाव, अंगदुखी, चिडचिड हे सगळं किरकोळ वाटतं पण दुर्लक्ष केलं, तर

- दीर्घकालीन आजार होतात.
- सतत औषधं घ्यावी लागतात.
- काम करण्याची क्षमता कमी होते.

आणि मग पैसा असूनही आयुष्य मर्यादित होतं.

आरोग्य बिघडलं की काय होतं?

- उत्पन्न कमी होतं.
- खर्च वाढतो.
- बचत होत नाही.
- गुंतवणूक थांबते.

आणि सगळ्यात महत्त्वाचं, मानसिक शांतता जाते.

एक मोठा आजार वर्षानुवर्षांची आर्थिक शिस्त आणि असलेले पैसे एका झटक्यात नष्ट करू शकतो.

आरोग्य म्हणजे फक्त आजार नसणं नाही. आरोग्य म्हणजे,

- शारीरिक ताकद,
- मानसिक स्थैर्य,
- भावनिक संतुलन,

या तिघांचा मिळून तयार होणारा आधार. पैशांचा ताण, सततची स्पर्धा, अपेक्षांचा दबाव हे सगळं मानसिक आरोग्यावर परिणाम करतं. मानसिक आरोग्य बिघडलं, की निर्णयही बिघडतात.

एक धोका : मी अजून तरुण आहे!

तरुणपणात शरीर खूप काही सहन करतं. म्हणून वाटतं, 'आपल्याला काही होणार नाही.' पण आजची दिनचर्या उद्याचं आरोग्य ठरवते. चुकीची जीवनशैली, चुकीचे खाणे, खाण्याची चुकीची पद्धत, व्यायामाचा अभाव, सतत ताण आणि व्यसनं हे सगळं हळूहळू परिणाम दाखवतं.

आरोग्यावर खर्च म्हणजे खर्च नाही.

अनेक लोक आरोग्यावरचा खर्च 'खर्च' मानतात. पण तो गुंतवणूक आहे.

- योग्य आहार,
- शरीराची नियमित तपासणी,
- व्यायाम,
- मानसिक विश्रांती,

यावर खर्च केला, तर मोठ्या वैद्यकीय खर्चापासून वाचता येतं.

आरोग्यविम्याचं महत्त्व

आरोग्यविमा ही चैन नाहीये, ती गरज आहे. कारण,

- औषधोपचार, शस्त्रक्रिया महाग झाल्या आहेत.
- अपघात अनपेक्षितपणे कधीही होऊ शकतात.
- आजारपण कधीही येऊ शकते.

आरोग्यविमा म्हणजे आजारापासून नव्हे, आर्थिक धक्क्यापासून संरक्षण.

काम, पैसा आणि शरीर यांचा समतोल

सतत केलेल्या कामामुळे शरीर थकतं. सतत पैशाचा ध्यास, मनाला अस्वस्थ करतो. या दोघांत समतोल साधला, तरच आयुष्य टिकतं. कामासाठी आरोग्य आणि आरोग्यासाठी वेळ हे दोन्ही द्यायला हवेत.

कुटुंब आणि आरोग्य

तुमचं आरोग्य फक्त तुमच्यापुरतं नसतं. ते कुटुंबाची सुरक्षितता, मानसिक शांतता आणि भविष्याशी जोडलेलं असतं. तुम्ही आजारी असाल, तर कुटुंबावरही ताण येतो, भावनिक आणि आर्थिक.

आरोग्य आणि निवृत्तीचा काळ

निवृत्तीनंतर वेळ भरपूर असतो पण आरोग्य असेलच असे नाही. जर आरोग्य चांगलं असेल तरच निवृत्ती आनंदाची होते. नाहीतर पैसा असूनही तो काळ रुग्णालयात जातो.

'नंतर पाहू' ही सवय बदला!

आरोग्याबाबत 'नंतर' हा शब्द महाग पडतो. कारण आरोग्य बिघडल्यावर 'नंतर' वेळ मिळेलच असे नाही. आज घेतलेली काळजी उद्याचा मोठा खर्च टाळते.

आरोग्य म्हणजे स्वातंत्र्य

जेव्हा आरोग्य चांगलं असतं, तेव्हा काम करण्याचं, न करण्याचं स्वातंत्र्य असतं, आयुष्य जगण्याची मजा असते. ही मजा नंतर पैशांनी विकत घेता येत नाही.

श्रीमंतीची खरी व्याख्या इथे बदलते

खरी श्रीमंती म्हणजे पैसा हाताशी असणं आणि शरीराची साथ असणं. या दोघांची जोड हवी. एक नसेल, तर दुसरं अपयशी ठरतं. पैसा आयुष्य उभं करतो. पण **आरोग्य आयुष्य घडवते**. आरोग्य दुर्लक्षित केलं, तर संपत्ती असूनही आयुष्य अपूर्णच राहातं.

केल्याने होत आहे, आधी केलेची पाहिजे! आजपासून हे कराच!

१. तुमच्या आरोग्याकडे गांभीर्याने बघा आणि त्याची सखोल तपासणी करा. ही सवय नियमित ठेवा.
२. तुमचा आरोग्यविमा योग्य रकमेचा आहे की नाही ते तपासा.
३. काम आणि विश्रांती यांचा समतोल ठेवा.

प्रकरण ३
दांपत्यासाठी आर्थिक नियोजन

"पैसे हा विषय घरात काढू नकोस, भांडण होतं."

"तू कमावतोस, तूच ठरव."

"मी घर बघते, तू फक्त पैसा बघतोस."

ही वाक्यं अनेक घरांत नियमित ऐकू येतात आणि याच वाक्यांमधून दांपत्यामध्ये अंतर निर्माण व्हायला सुरुवात होते. एक गोष्ट स्पष्ट सांगतो, **दांपत्यासाठी आर्थिक नियोजन हा फक्त पैशांचा विषय नसतो. तो विश्वास, संवाद आणि भागीदारीचा विषय असतो.**

लग्न म्हणजे फक्त भावनिक नव्हे, आर्थिक भागीदारी

लग्नानंतर दोन माणसं एकत्र येतात आणि त्यांच्याबरोबर येतात,

- दोन वेगवेगळ्या सवयी,
- दोन वेगवेगळे अनुभव,
- पैशांबद्दलचे दोन वेगवेगळे विचार,

एक जपणारा, दुसरा खर्च करणारा असू शकतो. एक जोखीम घेणारा, दुसरा सुरक्षिततेवर भर देणारा असू शकतो. दोघेही चुकीचे नसतात पण संवाद नसेल, तर अडचण होते.

एक मोठा गैरसमज : पैसे म्हणजे भांडण

खरं तर पैसा हे भांडणाचं कारण नसतं. पैशांबद्दल न बोलणं हे भांडणाचं कारण असतं. खर्चाबद्दल अपेक्षा स्पष्ट नसतात, खर्चाची माहिती नसते त्यातून निर्णय एकतर्फी होतात आणि मग छोट्या गोष्टी मोठ्या वाटायला लागतात.

आर्थिक पारदर्शकता का गरजेची आहे?

दांपत्यात उत्पन्न, खर्च, कर्ज आणि गुंतवणूक याबाबत स्पष्टता असेल, तर विश्वास मजबूत होतो. पैसे लपवले, तर नाती कमजोर होतात. पारदर्शकता म्हणजे नियंत्रण नव्हे, ती **सुरक्षिततेची भावना** आहे.

'कोण किती कमावतो,' यापेक्षा महत्त्वाचं काय?

अनेकदा प्रश्न असा होतो "मी जास्त कमावतो, मग निर्णय माझा असायला हवा." पण दांपत्यात कमाईपेक्षा योगदान, जबाबदारी आणि समजूतदारपणा महत्त्वाचा असतो. घर सांभाळणं, मुलं वाढवणं, नाती जपणं, हेही आर्थिक योगदानच आहे, फक्त ते पगाराच्या पावतीत दिसत नाही.

संयुक्त बँक खाते की वेगळे बँक खाते?

याचं एकच उत्तर नाही. काही दांपत्यांसाठी, संयुक्त खाते सोयीचं असतं. काहींसाठी दोन वेगळी खाती + एक संयुक्त खाते, हे सोयीचं असतं. कोणती पद्धत निवडली हे महत्त्वाचं नाहीये, महत्त्वाचं हे आहे, **ती पद्धत दोघांना सोईस्कर आहे का?**

उद्दिष्टं एकत्र ठरवा

घर, मुलांचं शिक्षण, निवृत्ती, प्रवास ही सगळी उद्दिष्टं एकट्याने ठरत नाहीत. लहान उद्दिष्टं, मध्यम उद्दिष्टं, दीर्घकालीन उद्दिष्टं एकत्र बसून ठरवली, तर दोघांचाही सहभाग वाढतो आणि ताण कमी होतो.

खर्चावरचं भांडण टाळायचं कसं?

खर्च हा नेहमीच वादाचा विषय असतो. पण,

- खर्चासाठी ठरावीक मर्यादा,

- मोठ्या खर्चावर आधी चर्चा,
- लहान खर्चावर विश्वास,

हे नियम ठरवले, तर भांडण टाळता येतं. सतत हिशेब विचारणं नात्याला घातक ठरतं.

कर्ज आणि दांपत्य

कर्ज घेताना दोघांनाही त्याची कल्पना असावी, परतफेडीची योजना स्पष्ट असावी आणि दबाव एकट्यावर नसावा. एक जण कर्जात अडकला, तर दोघांवर परिणाम होतो. कर्ज हे वैयक्तिक नसतं, ते कुटुंबाचं असतं.

विमा आणि सुरक्षितता

दांपत्यासाठी टर्म इन्शुरन्स आणि आरोग्य विमा हे दोन्ही महत्त्वाचे आहेत. एकमेकांची आर्थिक सुरक्षा ही प्रेमाची शांत पण ठाम अभिव्यक्ती आहे. "मी नसलो, तरी तू सुरक्षित राहशील." ही भावना हवी.

पैशांचा अहंकार टाळा

पैसा आणि कर्तृत्व आलं की अहंकार येतो. "मी कमावतो... मी सांभाळते," हे सुरू होतं. या तुलना नात्याला कमकुवत करतात. दांपत्यात स्पर्धा नाही, तर **सहकार्य** असायला हवं.

बदल स्वीकारा

आयुष्यात नोकरी, उत्पन्न आणि जबाबदाऱ्या बदलत राहतात. आज एक जण कमावत असेल, तर उद्या दुसरा जास्त योगदान देऊ शकतो. लवचीकता ठेवली, तरच नातं टिकतं.

आर्थिक निर्णय म्हणजे नात्याची परीक्षा

प्रत्येक मोठा आर्थिक निर्णय म्हणजे नात्याची छोटी परीक्षा असते.

- जिथे दोघांचं मत ऐकलं जातं,
- एकमेकांचा आदर ठेवला जातो,

- अंतिम निर्णय सामूहिक असतो,
  तिथे नातं अधिक मजबूत होतं.

दांपत्य आणि आर्थिक शांतता

आर्थिक शांतता म्हणजे,

- पैसे असूनही भांडण नाही.
- पैसे कमी असूनही विश्वास आहे.
- भविष्यासाठी स्पष्टता आहे.

ही शांतता घराचं वातावरण बदलते. लग्न म्हणजे फक्त दोन माणसांचा संसार नाही. ते दोन विचारांचा, दोन जबाबदाऱ्यांचा आणि एका भविष्याचा करार आहे आणि त्या भविष्याचं मजबूत आर्थिक नियोजन दोघांनी मिळून केलं, तरच सुखी आणि स्थिर आयुष्य उभं राहतं.

केल्याने होत आहे, आधी केलेची पाहिजे! आजपासून हे कराच!

१. जोडीदारासमवेत आर्थिक संवादासाठी ठरावीक वेळ काढा आणि तो सुरू करा.
२. दोघांची आर्थिक उद्दिष्टे एकत्र लिहा.
३. तुमच्या कुटुंबाचे खर्च आणि गुंतवणुकीचे मूलभूत नियम ठरवा.

प्रकरण ४

महिलांसाठी आर्थिक स्वावलंबन

"माझे पैसे वेगळे कशाला?"

"घरात सगळं आहे, मग माझं स्वतंत्र कमावणं कशासाठी?"

"पैशांचा विचार करायला वेळच कुठे आहे?"

अनेक स्त्रिया ही वाक्यं सहज बोलतात. कधी समाजाच्या सवयीमुळे, कधी कुटुंबाच्या अपेक्षांमुळे, तर कधी स्वतःला कमी लेखल्यामुळे. पण आज एक गोष्ट ठामपणे सांगणं गरजेचं आहे, **महिलांसाठी आर्थिक स्वावलंबन हा लक्झरीचा विषय नाही, तो सुरक्षिततेचा, आत्मसन्मानाचा आणि स्वातंत्र्याचा विषय आहे.**

आर्थिक स्वावलंबन म्हणजे नेमकं काय?

आर्थिक स्वावलंबन म्हणजे,

- पुरुषांशी स्पर्धा करणं नव्हे.
- घर सोडणं नव्हे.
- नात्यांपासून दूर जाणं नव्हे.

आर्थिक स्वावलंबन म्हणजे, स्वतःच्या आयुष्याच्या आर्थिक निर्णयांवर स्वतःचा अधिकार असणं. कमाई असो वा नसो, आर्थिक ज्ञान आणि नियंत्रण हे प्रत्येक स्त्रीसाठी गरजेचं आहे.

घर चालवणं म्हणजे कमाई नाही?

घर चालवणं हे पूर्ण वेळ काम आहे, जबाबदारी आहे आणि व्यवस्थापन आहे. पण त्याला पगाराची पावती नसते. म्हणूनच अनेक स्त्रियांना वाटतं, 'मी काहीच कमावत नाही.' हे चुकीचं आहे. घर चालवणारी स्त्री अर्थव्यवस्थेचा एक महत्त्वाचा स्तंभ आहे, फक्त तिचं योगदान मोजलं जात नाही.

आर्थिक स्वावलंबन का गरजेचं आहे?

कारण आयुष्य कायम एकसारखं राहत नाही.

- नोकरी जाते.
- व्यवसाय अडचणीत येतो.
- आजारपण येतं.
- नाती बदलतात.

या सगळ्या परिस्थितीत **स्वतःची आर्थिक ताकद स्त्रीला उभं राहायला मदत करते.** कोणावरही अवलंबून न राहता स्वतः निर्णय घेण्याचं बळ देतं.

एक धोका : माझे सगळे निर्णय नवऱ्यावर अवलंबून आहेत.

विश्वास असणं चांगलं आहे. पण पूर्ण अवलंबित्व धोकादायक ठरू शकतं.

- बँक खात्यांची माहिती नसेल,
- आर्थिक गुंतवणुकीची कल्पना नसेल,
- कागदपत्रं कुठे आहेत हे माहिती नसेल,

अशावेळी अचानक संकट आलं की गोंधळ उडतो. आर्थिक स्वावलंबन हा अविश्वास नाही, ती तयारी आहे.

स्त्रिया आणि पैशांबद्दलचा आत्मविश्वास

अनेक स्त्रिया म्हणतात, "मला हे गणित जमत नाही. पैशांचे विषय क्लिष्ट वाटतात." पण सत्य असं आहे, स्त्रिया घर चालवताना दररोज आर्थिक निर्णय घेत असतात. घरखर्चाचे बजेट तयार करणे, घरातील सर्व खरेदी करणे, ती करताना घासाघीस करणे, त्यातून पैसे वाचवणे, त्यांची बचत करणे; हे सगळं आर्थिक कौशल्यच आहे, फक्त ते मान्य केलं जात नाही.

कमाई असो वा नसो : काय शिकायला हवं?

- प्रत्येक स्त्रीचं स्वतःचं बँक खातं असावं.
- प्रत्येक स्त्रीला बचत आणि गुंतवणुकीची माहिती असावी.
- प्रत्येक स्त्रीला विम्याचं ज्ञान असावं.
- प्रत्येक स्त्रीला सर्व कागदपत्रं कुठे आहेत, हे माहिती असावं.

हे मूलभूत स्वावलंबन आहे.

कमावणाऱ्या महिलांसाठी वेगळी आव्हानं

कमावणाऱ्या स्त्रियांपुढेही अडचणी असतात,

- दुहेरी जबाबदारी,
- स्वतःवर खर्च करताना अपराधी भावना,
- कमाई असूनही निर्णयात मर्यादा,

आर्थिक स्वावलंबन म्हणजे, **कमावलेले पैसे स्वतःच्या उद्दिष्टांसाठी वापरण्याचा अधिकार.**

तात्पुरता टप्पा : मुलं लहान आहेत

"आत्ता मुलं लहान आहेत." हे बोलून अनेक स्त्रिया स्वतःला थांबवतात. हे खरं असतं पण हा टप्पा कायमचा नसतो. या काळात शिक्षण, नियोजन आणि लहान बचत हे सुरू ठेवलं, तर पुढचा टप्पा सोपा होतो.

स्त्रिया आणि गुंतवणूक

गुंतवणूक म्हणजे मोठे धोके घेणं नाही. गुंतवणुकीसाठी नियमितता, संयम आणि दीर्घकालीन विचार लागतो. हे गुण बहुतेक स्त्रियांमध्ये नैसर्गिकरीत्या असतात. म्हणूनच स्त्रिया गुंतवणुकीत खूप चांगलं काम करू शकतात.

आर्थिक स्वावलंबन आणि आत्मसन्मान

पैशामुळे आत्मसन्मान मिळतो.

- स्वतःसाठी निर्णय घेण्याची ताकद येते.
- गरज पडल्यावर मदत करण्याची क्षमता येते.

- संकटात उभं राहण्याचं धैर्य येतं.

  हा आत्मसन्मान कोणाकडूनही हिरावून घेता येत नाही.

कुटुंबासाठीही हे महत्त्वाचं का आहे?

आर्थिक स्वावलंबी स्त्री, कुटुंबासाठी आधार बनते, मुलांसाठी आदर्श ठरते आणि निर्णयात समतोल आणते. ती कुटुंब तोडत नाही, ती कुटुंब मजबूत करते.

एक भीती : मी उशिरा सुरू करतेय!

उशीर वगैरे असं काही नसतं. आर्थिक स्वावलंबनाला वयाची अट नसते. आजपासून लहान पावलं टाकायला सुरुवात केली, तर उद्या मोठा फरक पडतो. महिला आर्थिकदृष्ट्या स्वावलंबी झाली की **ती फक्त स्वतःचं आयुष्य बदलत नाही. ती पुढच्या पिढीचं संपूर्ण भविष्य घडवते.**

केल्याने होत आहे, आधी केलेची पाहिजे! आजपासून हे कराच!

१. स्वतःच्या आर्थिक उत्पन्नाचे उद्दिष्ट ठरवा.

२. बचत आणि गुंतवणूक याबाबत शिकायला सुरुवात करा.

प्रकरण ५

पैशांचे संस्कार लहानपणीच

"आमच्या वेळी असं काही नव्हतं."

"मुलं लहान आहेत, त्यांना पैशांची काय गरज?"

"मोठी झाली की शिकतील."

ही वाक्यं आपण अनेकदा ऐकतो आणि नकळत त्यावर विश्वासही ठेवतो. पण एक वास्तव शांतपणे स्वीकारायला हवं, **पैशांचे संस्कार मोठेपणी शिकवले जात नाहीत. ते लहानपणीच नकळत रुजवले जातात**. मुलं पैशांबद्दल जे शिकतात, ते आपल्या शब्दांमधून नाही, ते आपल्या वागणुकीतून शिकतात.

मुलांना पैशांची किंमत शिकवणं म्हणजे काय?

मुलांना पैशांची किंमत शिकवणं म्हणजे,

- त्यांना कंजूष बनवणं नव्हे,
- प्रत्येक खर्चाला 'नाही' म्हणणं नव्हे,
- पैशांची भीती घालणं नव्हे,

मुलांना पैशांची किंमत शिकवणं म्हणजे, **पैसा कसा मिळतो, कसा खर्च होतो आणि कसा जपायचा असतो, याचं ज्ञान देणं.**

लक्षात ठेवा : मुलं बघून शिकतात.

मुलं ऐकण्यापेक्षा जास्त बघतात.

- आपण खर्च कसा करतो.
- आपण पैशांबद्दल कसं बोलतो.
- आपल्याला पैशांचा ताण किती आहे.

हे सगळं त्यांच्या मनात साठत जातं. जर घरात पैशावरून नेहमी ताणतणाव असतील, तर मुलं पैशाला घाबरतात. जर घरात पैशासंबंधी शांत चर्चा सुरू असतील, तर मुलांना पैसा चांगला समजतो.

पैशांचे संस्कार कधी सुरू करावेत?

उत्तर थोडं आश्चर्यकारक आहे, **मुलाला समजायला लागलं की पैशांचे संस्कार सुरू करावेत.** इथे वय महत्त्वाचे नाहीये, त्या मुलाची आकलनशक्ती महत्त्वाची आहे.

७-८ वर्षांच्या मुलांना नाणी मोजायला शिकवा, त्यांना २०-२५ रुपये साठवायला द्या. दर आठवड्याला ते नीट ठेवले आहेत की नाहीत, यांची खात्री करून घ्या. त्या पैशांचे काय करता येईल, याविषयी त्यांच्याशी गप्पा मारा. हीच योग्य सुरुवात असते.

'नाही' म्हणणं का गरजेचं आहे?

आज अनेक पालक, मुलांना 'नाही' म्हणायला घाबरतात. ती रडतील, हट्ट करतील; असे वाटते पण प्रत्येक मागणी पूर्ण करणं म्हणजे प्रेम नव्हे. 'नाही' ऐकायला शिकलेली मुलं, मूल्य ओळखतात, संयम शिकतात आणि पर्याय स्वीकारतात. याच गोष्टी पुढे आर्थिक आयुष्यात फार उपयोगी पडतात.

हातखर्च (पॉकेट मनी) : कधी आणि कसा?

हातखर्च हा मुलांसाठी पहिला आर्थिक धडा असतो. पण तो थोडाच द्यावा. ठरावीक रक्कम, ठरावीक वेळेला, ठरावीक उद्देशाने द्यावी. यामुळे मुलं बजेट करायला आणि निवड करायला शिकतात. जर सगळे पैसे संपले, तर पुढे कसं करायचं, याचाही त्यांना विचार करू द्या.

- **चुका करू द्या, पण शिकू द्या.**

  मुलांनी हातखर्च वाया घालवला, तर ताबडतोब भरून देऊ नका. ही छोटी चूक त्यांना मोठा धडा देते.

आर्थिक शिक्षण नेहमी यशातूनच मिळत नाही, तर चुकांमधूनही मिळतं.

पैशांबद्दल मोकळा संवाद ठेवा. घरात पैशांबद्दल बोलणं टाळू नका. घर चालवायला काय लागतं, घरातल्या गोष्टी कशा ठरतात, काही गोष्टी आपल्याला का शक्य नाहीत; हे समजावून सांगितलं तर मुलं समजूतदार होतात. गुपित ठेवलं, तर त्यांच्या मनात अनेक गैरसमज वाढतात.

- **"आम्ही तुमच्यासाठी सगळं करतोय," असं म्हणू नका.**
  असं म्हणाल, तर मुलांवर अपराधीपणाची भावना येते. त्याऐवजी "हे आमचं कर्तव्य आहे, पण पैशाची किंमत समजून घेणं तुझंही कर्तव्य आहे." हा संदेश जास्त सकारात्मक असतो.

पैशांमधून मूल्य शिकवा

पैसा फक्त खर्चासाठी नाही. बचत, वाटणी आणि मदत ही तीन मूल्यं लहानपणी रुजली, तर ती मोठेपणी संतुलित होतात. त्यांना थोडं साठवायला, थोडं खर्चायला आणि थोडं द्यायला शिकवा.

तुलना टाळा

"शेजारच्या मुलाकडे किंवा तुझ्या मित्राकडे आहे." या तुलना मुलांना समाधानाऐवजी असमाधान देतात. प्रत्येक कुटुंबाचं आर्थिक वास्तव वेगळं असतं, हे मुलांना समजावणं गरजेचं आहे.

पैशांबद्दल भीती नको, आदर हवा!

पैसा वाईट आहे, असं शिकवू नका. पैसा सर्वस्व आहे, असंही शिकवू नका. पैसा एक साधन आहे, जो योग्य रीतीने वापरला, तर आयुष्य सोपं करतो. हा समतोल लहानपणीच शिकवायला हवा.

पालक स्वतः काय शिकले पाहिजेत?

मुलांना शिकवताना पालकांनीही स्वतःला विचारावं,

- आपण पैसे कसे वापरतो?
- आपण स्वतः शिस्त पाळतो का?

- आपण खर्च आणि बचतीचा आदर्श आहोत का?
  मुलांना शिकवण्याआधी स्वतःचं उदाहरण तयार असावं लागतं.

पैशांचे संस्कार = भविष्यातील सुरक्षितता

आज शिकवलेल्या छोट्या धड्यामुळे मुलं उद्या मोठे निर्णय घेतात. आज त्यांना चुकीचे कर्ज, फसव्या योजना यांबद्दल माहिती द्या. त्या त्यांना ओळखायला शिकवा. यांचा त्यांना भविष्यकाळात फायदा होईल. अशाच आर्थिक भेटींची मुलांना गरज असते. खेळणी, कपडे, खाऊ या सगळ्या तात्पुरत्या गोष्टी आहेत. असे अर्थसंस्कार त्यांना आयुष्यभर साथ देतात. मुलांना पैसा नाही, पैशाचं ज्ञान द्या. हीच त्यांच्या भविष्यातली खरी संपत्ती आहे.

केल्याने होत आहे, आधी केलेची पाहिजे! आजपासून हे कराच!

१. मुलांबरोबर आर्थिक बाबींविषयी गप्पा मारणे सुरू करा.
२. त्यांना हातखर्चासाठी पैसे द्या.
३. खर्च, बचत आणि गुंतवणूक या संकल्पना त्यांच्या डोक्यात स्पष्ट करा.
४. त्यांचे स्वतंत्र बँक खाते आणि डि मॅट खाते उघडा.

प्रकरण ६

वाढदिवस, ॲनिव्हर्सरीला गुंतवणुकीची सवय

"वाढदिवस म्हणजे पार्टी हवीच."

"ॲनिव्हर्सरीला काहीतरी खास केलंच पाहिजे."

"एकदाच तर येतो ना हा दिवस!"

हे सगळं खरं आहे. आनंद साजरा करणं चुकीचं नाही. उलट, तो आयुष्याचा सुंदर भाग आहे. पण एक प्रश्न शांतपणे स्वतःला विचारायला हवा, **हा आनंद फक्त त्या एका दिवसापुरता हवा आहे की तो भविष्यातही रोज हवा आहे?** इथेच वाढदिवस आणि ॲनिव्हर्सरीकडे पाहण्याची दृष्टी बदलायला हवी.

आनंद आणि शिस्त एकत्र येऊ शकतात का?

अनेकांना वाटतं आनंद आणि शिस्त एकत्र येऊ शकत नाहीत. पण वास्तव वेगळं आहे. आनंद साजरा करणं थांबवायचं नाही, फक्त त्याचा अर्थ थोडा खोल करायचा आहे. खर्च केला, तर आठवण राहील पण गुंतवणूक केली, तर आठवण + भविष्य अशा दोन्ही गोष्टी मिळतील.

"एक दिवसासाठी खर्च" हा विचार बदला!

वाढदिवस, ॲनिव्हर्सरी हे दिवस दरवर्षी येतात. दरवर्षी महागडं जेवण आणि महाग गिफ्ट आणायच्या आणि दुसऱ्या दिवशी सगळं विसरायचं. जर हेच पैसे दरवर्षी गुंतवले गेले, तर त्या एका दिवसाचा प्रभाव आयुष्यभर राहू शकतो.

गुंतवणूक म्हणजे आनंदावर विरजण टाकणं नव्हे

गुंतवणूक म्हणजे,

- कंटाळवाणं काम नव्हे.
- भावना संपवणं नव्हे.
- मजा कमी करणं नव्हे.

गुंतवणूक म्हणजे **आजचा आनंद उद्याच्या सुरक्षिततेशी जोडणं.** हे केलं, तर आनंदाला अर्थ येतो.

वाढदिवस म्हणजे स्वतःला एक वचन

वाढदिवस हा फक्त केक कापण्याचा दिवस नाही. तो स्वतःला विचारण्याचा दिवस आहे,

- गेल्या वर्षी काय शिकलो?
- पुढच्या वर्षी काय सुधारायचं?

या दिवशी स्वतःला एक छोटं आर्थिक वचन द्या. "या वर्षी मी स्वतःसाठी एक शिस्तबद्ध पाऊल उचलणार."

ते पाऊल म्हणजे गुंतवणूक!

ॲनिव्हर्सरी = भविष्यासाठी सामूहिक निर्णय!

ॲनिव्हर्सरी म्हणजे फक्त भूतकाळातील एका दिवसाची आठवण नव्हे. तो एकत्र उभ्या केलेल्या आयुष्याची आठवण आहे. या दिवशी एकत्र बसून पुढच्या वर्षांचं चित्र पाहा, आर्थिक उद्दिष्टांवर चर्चा करा. एक छोटा पण ठाम निर्णय दोघांसाठी मोठा फरक घडवू शकतो.

एक चुकीचा प्रश्न : आता किती गुंतवायचं?

खूप लोक म्हणतात, "इतक्या छोट्या रकमेने काय होणार?" पण गुंतवणुकीत रक्कम लहान असली, तरी गुंतवणुकीची सवय मात्र मोठी असते. दरवर्षी ठरावीक रक्कम, ठरावीक दिवशी, ठरावीक उद्देशाने गुंतवा. ही सवय हळूहळू आयुष्य बदलते.

- **भेटवस्तू म्हणून गुंतवणूक**

  वाढदिवसाला घेतलेले कपडे फाटतात, गॅजेट्स जुनी होतात, वस्तू हरवतात पण ही गुंतवणूक दरवर्षी आठवण करून देते. 'कोणीतरी माझ्या भविष्यासाठी

काहीतरी केलं आहे.' मुलांसाठी, जोडीदारासाठी, कधी स्वतःसाठीही आणि ही भेट सर्वांत मोलाची ठरते.

- **मुलांसाठी आदर्श ठरवणारी सवय**
  मुलं बघतात, वाढदिवशी आपण केक कापतो, भेटवस्तू उघडतो. त्यांना जर लहानपणीच त्यांच्या वाढदिवशी गुंतवणुकीची सवय लावली, तर ही सवय मुलांच्या मनात पैशांबद्दल वेगळीच जाणीव तयार करते. आनंद आणि शिस्त एकत्र चालू शकतात, हा संदेश त्यांना मिळतो... आणि अर्थातच त्याचा फायदा त्यांनाच होतो!
- **"लोक काय म्हणतील?" याची गरज नाही**
  आपण गुंतवणूक केली हे कोणाला सांगायलाच नको. हा निर्णय दाखवण्यासाठी नाही, जगण्यासाठी असतो. लोक त्या घटनेचं कौतुक एकदा करतील पण तुम्ही आयुष्यभर त्याचा फायदा घ्याल.
- **आनंद आणि गुंतवणूक यांचे प्रमाण**
  थोडा आनंद साजरा करा, थोडी गुंतवणूक करा. हा समतोल आयुष्यभर टिकवा. पूर्ण खर्च, आयुष्य रिकामं करतो. पूर्ण कंजूषपणा, आयुष्य कोरडं करतो. समतोल आयुष्य सुंदर करतो.
- **"ही सवय कधी सुरू करावी?"**
  उत्तर अगदी सोपं आहे, येत्या वाढदिवसापासून, ॲनिव्हर्सरीपासून.

भूतकाळ बदलता येत नाही, पण भविष्यकाळ मात्र नक्कीच तुमच्या हातात असतो!

छोट्या निर्णयांची मोठी ताकद

दरवर्षी एक छोटा निर्णय घ्या. उदा. धूम्रपान करणे बंद करा, पाच किमीपर्यंत ये-जा करण्यासाठी दुचाकी वापरणे बंद करा, तीनचार मजल्यापर्यंत जिन्याचा वापर करा, लिफ्ट वापरणे बंद करा, एखादी एसआयपी सुरू करा. हे सर्व निर्णय छोटे आहेत पण तुम्हाला त्यांची ताकद हळूहळू लक्षात येईल.

यामुळे पाच वर्षांनी काय होईल ते बघू : धूम्रपान बंद केल्याने तब्येत उत्तम राहीलच पण आठवड्याचे पाचशे याप्रमाणे पाच वर्षांनी एक लाख तीस हजार रुपये वाचतील. पाच किमीपर्यंत ये-जा करण्यासाठी दुचाकी वापरणे बंद केल्याने,

तब्येत उत्तम राहीलच पण महिन्याला अंदाजे चारशे रुपये याप्रमाणे चोवीस हजार रुपये वाचतील. याच वाचलेल्या पैशातून तुम्ही जर एसआयपी सुरू केली, तर तुमच्याकडे पाच वर्षांनी जे पैसे जमा होतील, त्यात तुमच्या पत्नीसाठी मोठा दागिना, मुलाला बाइक, एखादी परदेशवारी असे सहज होऊ शकते.

यामुळे दहा-पंधरा वर्षांनी काय होईल ते बघू : वरील प्रकारे आपण गुंतवणूक करत गेलो, तर दहा-पंधरा वर्षांनी, एक अत्यंत मोठी रक्कम तयार होईल, तुमच्या आयुष्याचा तो एक सुरक्षित आधार असेल. ही छोट्या निर्णयांची जादू कोणत्याही मोठ्या घोषणेशिवाय शांतपणे काम करते.

आनंदाची व्याख्या बदला

खाणे, पिणे, मेजवान्या इत्यादी प्रकार त्या त्या क्षणापुरते असतात. ते नंतर फक्त फोटोमधून दिसत राहतात. हा आनंद अत्यंत थोड्या वेळापुरता असतो. त्यासाठी आपले दहा हजार, पंधरा हजार रुपये खर्च झालेले असतात. असे खर्च आपण दरवर्षी करतो. याच रकमेतून अनेक सामाजिक उपक्रम करता येतील किंवा हीच रक्कम गुंतवणुकीसाठीसुद्धा वापरता येईल. परंतु आपल्याला वाढदिवस साजरा करायचा असतो. आनंद लुटायचा असतो आणि आपल्या आनंदाच्या व्याख्येत दुर्दैवाने फक्त खाणे-पिणे असते. खरे तर सामाजिक काम करून, दानधर्म करून किंवा गुंतवणूक करून जो आनंद होतो, तो खाण्या-पिण्यामुळे होणाऱ्या आनंदापेक्षा खूप मोठा आणि दीर्घकालीन असतो. बघा विचार करून!

वाढदिवस आणि ॲनिव्हर्सरी हे दिवस फक्त आठवणींसाठी नसतात. **ते भविष्य घडवण्यासाठीची संधी असतात.** ही संधी हीच खरी, शहाणी आणि टिकणारी सेलिब्रेशनची पद्धत आहे.

केल्याने होत आहे, आधी केलेची पाहिजे! आजपासून हे कराच!

घरातल्या सर्वांच्या वाढदिवशी आणि लग्नाच्या वाढदिवशी
न चुकता गुंतवणूक कराच.

भाग ८

जीवनाचे टप्पे आणि भविष्य नियोजन

प्रकरण १

वयोमानानुसार आर्थिक टप्पे

"आता उशीर झाला का?"

"हे सगळं आधी कळलं असतं तर..."

"या वयात काय बदलणार?"

हे प्रश्न जवळजवळ प्रत्येक वयात मनात येतात. आर्थिक नियोजन करताना आपण अनेकदा तुलना करतो, 'कोणी लवकर सुरू केलं, कोणी उशिरा.' पण एक गोष्ट लक्षात घ्या,

आर्थिक प्रवासात 'योग्य वय' असं काही नसतं. योग्य निर्णय आणि योग्य दिशा हेच खरे टप्पे असतात. वय बदलतं, त्याबरोबर जबाबदाऱ्या बदलतात आणि त्याचप्रमाणे आर्थिक प्राधान्येही बदलायला हवीत.

आर्थिक टप्पे म्हणजे काय?

आर्थिक टप्पे म्हणजे आयुष्याच्या वेगवेगळ्या वयोगटात पैशांशी असलेलं नातं बदलणं.

- कधी कमावणं महत्त्वाचं असतं.
- कधी साठवण महत्त्वाची असते.
- कधी सुरक्षा महत्त्वाची असते.
- कधी स्थैर्य महत्त्वाचं असतं.

हे बदल स्वीकारले तर आर्थिक निर्णय सोपे होतात.

२० ते ३० : पाया घालण्याचा काळ

हा काळ असतो पहिल्या नोकरीचा, पहिल्या पगाराचा आणि पहिल्या स्वप्नांचा.

या टप्प्यावर,

- उत्पन्न मर्यादित असतं.
- खर्चाचा मोह जास्त असतो.
- भविष्यासाठी विचार कमी असतो.

पण हा काळ सगळ्यात महत्त्वाचा असतो, कारण इथेच **सवयी तयार होतात.**

या वयात काय महत्त्वाचं ?

- बचतीची सवय,
- गुंतवणुकीची सुरुवात,
- टर्म इन्शुरन्स आणि आरोग्यविमा,
- कर्ज टाळणं,

इथे तुमच्याकडे रक्कम लहान असली, तरी वेळ जास्त असतो.

३० ते ४० : जबाबदाऱ्यांचा आणि वाढीचा काळ

या टप्प्यावर,

- उत्पन्न वाढायला लागतं,
- लग्न, घर, मुलं येतात,
- जबाबदाऱ्या वाढतात,

इथेच अनेक लोक अडखळतात, कारण उत्पन्न वाढतं, पण खर्च त्याहून जास्त वाढतो.

या वयात काय गरजेचं असतं ?

- स्पष्ट आर्थिक उद्दिष्टं,
- कर्जाचं नियोजन,
- नियमित गुंतवणूक,
- आपत्कालीन निधी,

हा काळ पैसा कमावण्याचा आहे पण त्याचबरोबर **पैसा वाचवण्याचाही आहे.**

४० ते ५० : स्थैर्य आणि समतोलाचा काळ

या टप्प्यावर,

- करिअर स्थिर होतं,
- मुलांचं शिक्षण केंद्रस्थानी येतं,
- निवृत्तीची चाहूल लागते,

इथे निर्णय चुकले तर दुरुस्तीला वेळ कमी मिळतो.

या वयात काय बदलायला हवं ?

- जोखीम हळूहळू कमी करणे,
- साठलेल्या पुंजीचं नियोजन,
- विमा कव्हर तपासणे,
- निवृत्तीचं ठोस नियोजन,

हा काळ वाढीपेक्षा संतुलनासाठी असतो.

५० ते ६० : संरक्षण आणि तयारीचा काळ

हा टप्पा असतो निवृत्तीच्या जवळचा.

- उत्पन्नाची वाढ मर्यादित होते.
- जबाबदाऱ्या कमी होत असतात.
- आरोग्य महत्त्वाचं ठरतं.

या काळात मोठ्या जोखमी टाळणं शहाणपणाचं असतं.

या वयात प्राधान्य कशाला द्यावे ?

- नियमित उत्पन्नाची व्यवस्था,
- आरोग्यखर्चासाठी तयारी,
- कर्जमुक्त होण्याचा प्रयत्न,
- वारसाहक्क नियोजन,

इथे परताव्यापेक्षा, शांतता महत्त्वाची असते.

६० नंतर : निवृत्ती आणि शांततेचा काळ

निवृत्ती म्हणजे काम संपलं असं नाही, तर आयुष्याचा वेग बदलतो.

या टप्प्यावर,

- उत्पन्न निश्चित असतं.
- खर्चाचे तपशील बदलतात.
- मानसिक शांतता महत्त्वाची ठरते.

या वयात काय गरजेचं?

- सुरक्षित गुंतवणूक,
- नियमित खर्चाचं नियोजन,
- आरोग्य आणि औषधांची तयारी,
- कुटुंबाशी स्पष्ट संवाद,

पैशानं इथे शांतता द्यावी, ताण नाही.

एक भ्रम : मी चुकीच्या वयात आहे!

खूप लोक म्हणतात, "हे सगळं आधी करायला हवं होतं."

पण भूतकाळ बदलता येत नाही, भविष्य बदलता येतं. आज योग्य निर्णय घेतला, तर उद्याचं चित्र नक्की बदलतं.

- **वयापेक्षा मानसिकता महत्त्वाची**

  काही लोक पंचविशीतच आर्थिकदृष्ट्या शिस्तबद्ध असतात. काही पन्नाशीतही बेफिकीर असतात. म्हणजे वय नाही, तर **दृष्टिकोन** महत्त्वाचा आहे.
- **प्रत्येक टप्प्यावर एकच नियम**

  तो नियम असा, पैसा तुमच्या सेवेसाठी आहे, तुम्ही पैशाच्या सेवेसाठी नाही.
- **तुलना टाळा**

  कोण कुठे पोहोचलं, कोणी किती कमावलं? या तुलना तुमचं समाधान हिरावून घेतात. तुमचं आयुष्य, तुमचा वेग, तुमची जबाबदारी सगळं वेगळं आहे.
- **बदल स्वीकारा**

  आर्थिक नियोजन एकदाच करून पुरत नाही.
  - वय बदलतं,
  - उत्पन्न बदलतं,
  - गरजा बदलतात,

  तसं नियोजनही बदलायला हवं. लवचीकता ठेवली, तर आर्थिक ताण कमी होतो.

- **वय आणि शहाणपण**

  वय वाढलं, की शहाणपणही वाढायला हवं.

  - कमी घाई,
  - जास्त विचार,
  - शांत निर्णय,

  हे गुण प्रत्येक पुढच्या टप्प्यावर तुमची साथ देतात. आयुष्य म्हणजे पैसे मिळवण्याची स्पर्धा नाही. तो एक प्रवास आहे, वेगवेगळ्या टप्प्यांचा, वेगवेगळ्या शिकवणींचा. वय बदलतं, पण योग्य निर्णय प्रत्येक वयात तुमचं भविष्य उजळवू शकतात.

केल्याने होत आहे, आधी केलेची पाहिजे! आजपासून हे कराच!

१. सध्या तुम्ही कोणत्या आर्थिक टप्प्यात आहात हे ओळखा आणि त्या टप्प्यातील प्रमुख आर्थिक प्राधान्य लिहा.

२. तुमच्या सर्व सवयी आणि जीवनशैली यांचा आढावा घ्या. त्यातील कोणत्या गोष्टींमध्ये बदल करायचे ते ठरवा आणि ते बदल करून टाका.

प्रकरण २

आर्थिक स्वातंत्र्याकडे वाटचाल

"आर्थिक स्वातंत्र्य म्हणजे नेमकं काय?"

"किती पैसे जमले, की आपण स्वतंत्र होतो?"

"हे फक्त काही निवडक लोकांनाच शक्य आहे का?"

हे प्रश्न स्वाभाविक आहेत. कारण आर्थिक स्वातंत्र्य हा शब्द खूप वेळा चुकीच्या अर्थाने वापरला जातो.

आर्थिक स्वातंत्र्य म्हणजे काम न करणं नव्हे. तर 'काम करावंच लागतं,' या दबावातून मुक्त होणं.

आर्थिक स्वातंत्र्य म्हणजे काय?

- दर महिन्याच्या खर्चासाठी चिंता नसणं.
- नोकरी गेली, व्यवसाय संपला तरी घाबरून न जाणं.
- कोणताही निर्णय पैशांच्या भीतीने न घेणं.

थोडक्यात, तुम्ही पैशाचे मालक असता, दास नव्हे!

ही अवस्था कोणासाठी लवकर येते, कोणासाठी थोडी उशिरा.

मोठा गैरसमज : एक ठरावीक आकडा

आर्थिक स्वातंत्र्य म्हणजे १० कोटी, ५ कोटी, १ कोटी... असा एखादा जादुई आकडा नाही. कारण प्रत्येकाचं आयुष्य, खर्च आणि अपेक्षा वेगवेगळ्या असतात.

ज्याचा खर्च कमी, त्याला कमी रकमेतही स्वातंत्र्य मिळू शकतं. म्हणून आर्थिक स्वातंत्र्य ही आकड्यांची नाही, जीवनशैलीची संकल्पना आहे.

आर्थिक स्वातंत्र्याचे ३ टप्पे

१. आर्थिक नियंत्रण

या टप्प्यावर,

- खर्चावर नियंत्रण येतं.
- बचत आणि गुंतवणूक सुरू होते.
- कर्जाचा ताण कमी होतो.

इथे अजून स्वातंत्र्य मिळालेलं नसतं पण त्याची दिशा निश्चित मिळते.

२. आर्थिक सुरक्षितता

या टप्प्यावर,

- आपत्कालीन निधी तयार असतो.
- विमासंरक्षण पुरेसं असतं.
- उत्पन्नाचे एकापेक्षा जास्त स्रोत असतात.

इथे मन शांत होतं. आर्थिक धक्का बसला, तरी सावरता येतं.

३. आर्थिक स्वातंत्र्य

या टप्प्यावर गुंतवणुकीतून येणारं उत्पन्न जीवनखर्च भागवू लागतं. काम करायचं की नाही, किती करायचं हा निर्णय तुमचा असतो.

आर्थिक स्वातंत्र्याकडे जाण्याचा खरा मार्ग

हा मार्ग अचानक बदलांचा आणि मोठ्या उड्यांचा नसून **लहान पण सातत्यपूर्ण** पावलांचा असतो.

- नियमित बचत,
- शिस्तबद्ध गुंतवणूक,
- खर्चावर नियंत्रण,
- उत्पन्नात वाढ,

या चार गोष्टी हळूहळू स्वातंत्र्याकडे नेतात.

चुकीची विचारधारा : आज मजा, उद्या पाहू!

कारण आजचा खर्च उद्याच्या स्वातंत्र्याची किंमत ठरवतो. जर प्रत्येक वाढलेला पगार खर्च झाला, प्रत्येक आनंद कर्ज काढून साजरा केला, तर स्वातंत्र्य लांब जातं. मजा थांबवायची गरज नसते, पण तिची किंमत ठरवायला लागते.

खर्च आणि स्वातंत्र्य यांचं नातं

आर्थिक स्वातंत्र्य जास्त कमाईतून नाही, कमी गरजांमधून लवकर मिळते. जेव्हा गरजा आणि अपेक्षा मर्यादित असतात, तेव्हा स्वातंत्र्य जवळ येतं.

कर्ज आणि स्वातंत्र्य

जास्त कर्ज म्हणजे स्वातंत्र्यावर बंधन.

- ईएमआयचा दबाव,
- निर्णयावर मर्यादा,
- मनामध्ये भीती,

आर्थिक स्वातंत्र्याकडे जायचं असेल, तर अनावश्यक कर्ज सोडावंच लागतं.

उत्पन्नाचे अनेक स्रोत का महत्त्वाचे?

एकच उत्पन्न स्रोत आर्थिक स्वातंत्र्यासाठी अपुरा असतो. कारण तो बंद झाला, तर सगळंच थांबतं. अनेक स्रोत सुरक्षितता, पर्याय आणि आत्मविश्वास देतात. हेच स्वातंत्र्याचं खरं इंधन आहे.

गुंतवणूक आणि संयम

आर्थिक स्वातंत्र्य अधीर लोकांसाठी नाही. ज्यांना लगेच परिणाम हवे आहेत आणि ज्यांना दर महिन्याला प्रगती हवीच आहे, ते ताणतणावात राहतात. संयमशील लोकांना मात्र उत्तम फळ मिळते.

योग्य प्रश्न : मी आर्थिक स्वातंत्र्य मिळवू शकतो का?

उत्तर : हो, मिळवू शकता पण इतरांची बचत, गुंतवणूक, खर्च, यांची आणि त्यांच्या आयुष्याची नक्कल करू नका. कारण तुमचा खर्च, तुमची गुंतवणूक,

तुमचा व्यवसाय, तुमची जबाबदारी आणि तुमचं आयुष्य यावरच तुमचं आर्थिक स्वातंत्र्य अवलंबून असतं.

आर्थिक स्वातंत्र्य आणि मानसिक स्वातंत्र्य

एक गमतीशीर गोष्ट : काही लोकांकडे पैसा असतो पण ते तरीही गुलाम असतात आणि काही लोकांकडे फार पैसा नसला तरी ते स्वतंत्र असतात. कारण स्वातंत्र्य आधी मनात येते, नंतर खात्यात!

आर्थिक स्वातंत्र्य म्हणजे जबाबदारी टाळणं नाही

आर्थिक स्वातंत्र्य म्हणजे जबाबदाऱ्या सोडणं आणि आयुष्यापासून दूर पळणं नाही. आर्थिक स्वातंत्र्य म्हणजे जबाबदाऱ्या **निवडण्याचं** स्वातंत्र्य.

छोट्या बदलांची मोठी ताकद

तुम्ही तुमचा एखादा खर्च बंद करा, एखादी दरमहा गुंतवणूक वाढवा, एखादे कर्ज संपवा; हे छोटे बदल एकत्र येऊन किती मोठा बदल घडवतात, ते प्रत्यक्ष अनुभवा.

"मी उशिरा सुरू करतोय," हा विचार...

उशीर झाला असेल, तर वेग वाढवा. पण अवास्तव अपेक्षा ठेवू नका. तुमची वाटचाल शांत, सातत्यपूर्ण ठेवा कारण अशी वाटचालच टिकते. आर्थिक स्वातंत्र्य हे ध्येय नाही, तो एक प्रवास आहे. हा प्रवास द्विधा मन:स्थितीत न करता, ठामपणे केलात, तर **एक दिवस तुम्हाला** आर्थिक स्वातंत्र्य मिळतं आणि **तुम्ही आयुष्य आनंदाने जगू शकता.**

केल्याने होत आहे, आधी केलेची पाहिजे! आजपासून हे कराच!

१. किती उत्पन्न मिळाल्यानंतर तुम्हाला सुरक्षित वाटते ते ठरवा.

२. गुंतवणुकीतून उत्पन्न वाढवणे सुरू करा.

प्रकरण ३

नोकरीतून बाहेर पडण्याचे नियोजन

"आता हे रोजचं ९ ते ५ चं रूटिन नकोसं झालंय."

"मनात दुसरे विचार आहेत पण पगार सोडायची हिंमत होत नाही."

"नोकरी सोडली तर घर कसं चालेल?"

हे असे विचार अनेकांच्या मनात येतात. एक गोष्ट स्पष्ट सांगतो, **नोकरीतून बाहेर पडणं हा भावनिक विषय नसून आर्थिक आणि मानसिक नियोजनाचा विषय आहे.** घाई केली, तर स्वातंत्र्याऐवजी ताण वाढतो.

नोकरी म्हणजे समस्या नाही

नोकरीला दोष देऊ नका. नोकरी स्थिर उत्पन्न देते, शिस्त शिकवते आणि कौशल्य विकसित करते. समस्या नोकरी ही नाहीये, समस्या असते ती **कायमची अडकवून ठेवणारी मानसिकता.** नोकरी हा टप्पा आहे, अंतिम ध्येय नाही.

एक गैरसमज : नोकरी सोडली म्हणजे स्वातंत्र्य

खूप लोकांना वाटतं, नोकरी सोडली की आपण स्वतंत्र होतो पण अशा वेळी दुसरे उत्पन्न सुरू झाले नसेल, तर तुमचा वेळ स्वतंत्र होतो पण मन मात्र कैदी झालेलं असतं. नोकरीतून बाहेर पडण्याआधी आर्थिक स्वातंत्र्याची काही पावलं पूर्ण झालेली असणं आवश्यक आहे.

स्वतःला विचारायचे खरे प्रश्न

नोकरी सोडायचा विचार करताना हे प्रश्न स्वतःला प्रामाणिकपणे विचारा,

- मी नोकरी सोडतोय की नोकरीपासून पळतोय?
- माझ्याकडे पर्यायी उत्पन्न आहे का?
- किती काळ मी पगाराशिवाय राहू शकतो?
- यासाठी माझ्या कुटुंबाची तयारी आहे का?

  या प्रश्नांची उत्तरं स्पष्ट नसतील, तर आणखी वेळ घ्या.

सर्वांत महत्त्वाचा भाग : आर्थिक तयारी

नोकरी सोडण्याआधी आर्थिक तयारी असणं अनिवार्य आहे.

१. **किमान १ वर्षाचा खर्च बाजूला ठेवा**

   आपत्कालीन निधी इथे फार महत्त्वाचा ठरतो. १ वर्षाचा खर्च बाजूला ठेवलेला असेल, तर निर्णय शांतपणे घेता येतो.

२. **कर्ज नियंत्रणात असावं**

   - मोठा ईएमआय,
   - अनावश्यक कर्ज,

   हे दोन्ही नोकरी सोडण्याआधी कमी केलेलं किंवा संपवलेलं असावं.

३. **विमा संरक्षण मजबूत असावं**

   आरोग्यविमा आणि टर्म इन्शुरन्स हे दोन्ही नोकरीवर अवलंबून नसावेत.

उत्पन्नाशिवाय स्वातंत्र्य शक्य नाही

नोकरी सोडणं म्हणजे कामाचा प्रकार बदलणं, काम थांबवणं नव्हे.

- साइड इन्कम,
- फ्री-लान्स काम,
- इतर व्यवसाय,
- गुंतवणुकीतून उत्पन्न,

  हे स्रोत नोकरी सोडण्याआधी किमान अंशतः तयार असावेत.

धोका : मी उद्याच व्यवसाय सुरू करतो

भावनेच्या भरात घेतलेले निर्णय बहुतेक वेळा महाग पडतात. नोकरी सोडून थेट व्यवसायात उडी जोखमीची असते. नोकरीत असतानाच साइड बिझनेस सुरू करा, त्याची चाचणी घ्या, नंतर पूर्ण वेळ करण्याचा निर्णय घ्या.

कुटुंबाचा सहभाग का महत्त्वाचा?

नोकरी सोडण्याचा निर्णय हा एकट्याने नव्हे, एकत्र घ्या. कारण कुटुंबाच्या सुरक्षिततेवर, मानसिक शांततेवर आणि तुमच्या जीवनशैलीवर तो परिणाम करतो.

जीवनशैली बदलायला तयार आहात का?

तुम्ही नोकरी सोडली, की तुम्हाला नियमित पगार मिळणार नसतो, खर्चाला अधिक शिस्त लावायला लागते आणि चैन थांबवावी लागते. जर जीवनशैली बदलायला तयारी नसेल, तर नोकरी सोडणं धोकादायक ठरतं.

मुख्य अडथळा : लोक काय म्हणतील!

काही लोक नोकरी सोडत नाहीत, कारण लोक काय म्हणतील, ही भीती त्यांना असते. पण लोक तुमचे ईएमआय भरत नसतात किंवा तुमच्या हालअपेष्टा सहन करणार नसतात. त्यामुळे लोकांचा विचार पूर्णपणे सोडून आणि स्वतःची तयारी पूर्ण करून मग निर्णय घ्या.

योग्य वेळ कशी ओळखायची?

मनाची पूर्ण तयारी झाली, संपूर्ण पैसे गाठीशी असले, कुटुंबाची तयारी असली, की निर्णय घ्यायला हरकत नाही. बाकीच्या दोन गोष्टी नसताना फक्त मनाचीच तयारी झाली असेल, तर धोका आहे.

नोकरी सोडणं म्हणजे यश नाही.

नोकरी सोडणं म्हणजे यश नव्हे. **नियोजन करून आर्थिक स्वातंत्र्य मिळवणं हे यश आहे.** काही लोक नोकरीत राहूनही आर्थिकदृष्ट्या स्वतंत्र असतात. मुद्दा नोकरीचा नाही. मुद्दा हा आहे, की **तुम्ही स्वतंत्र आहात का?**

अपयशाची भीती कशी हाताळावी?

भीती नसेल, तर निर्णय बेजबाबदार ठरतो. थोडी भीती ठीक आहे, ती तयारी वाढवते. पण भीतीमुळे पूर्ण थांबू नका आणि भावनेच्या भरात मोठी उडीही मारू नका.

छोट्या पावलांची ताकद

- एक साइड इन्कम,
- एक वर्षाची आर्थिक सोय,
- व्यवसायाची एक स्पष्ट योजना,

ही तीन पावलं, नोकरीपासून स्वातंत्र्याकडे नेतात. नोकरी सोडणं हा धाडसी निर्णय असतो. पण **तयारीशिवाय घेतलेल्या निर्णयामुळे स्वातंत्र्य मिळत नाही, तर त्यामुळे नवीन ताण येतो.** शांतपणाने, शहाणपणाने आणि नियोजनाने घेतलेला निर्णयच खरं स्वातंत्र्य देतो.

केल्याने होत आहे, आधी केलेची पाहिजे! आजपासून हे कराच!

१. सध्याचा मासिक खर्च अचूक लिहा.

२. एका वर्षाचा सुरक्षित निधी तयार करा.

३. नोकरीत असतानाच उत्पन्नाचा आणखी एक स्रोत तयार करा.

प्रकरण ४

गुंतवणूक लवकर सुरू करण्याचे फायदे

“आत्ता पगार कमी आहे.”

“थोडं स्थिर झालं की गुंतवणूक करू.”

“आता वय आहे एन्जॉय करण्याचं.”

ही वाक्यं जवळजवळ प्रत्येक तरुणाकडून ऐकू येतात आणि गंमत म्हणजे तारुण्य संपल्यावर पुढची वाक्यं ऐकू येतात.

“तेव्हा सुरू केलं असतं तर...”

“आता वेळ कमी आहे.”

“पैसे घालतोय, पण वाढत नाहीयेत.”

या दोन्हीमध्ये एकच फरक असतो, **वेळ निघून गेलेली असते.**

लवकर गुंतवणूक म्हणजे किती लवकर?

‘लवकर’ म्हणजे कोणतं तरी ठरावीक वय नाही. लवकर म्हणजे **ज्या क्षणी कमावायला सुरुवात होते, त्या क्षणापासून गुंतवणुकीचा विचार सुरू होणं.** पहिला पगार, पहिला बोनस, पहिली वाढ हे सगळे क्षण गुंतवणुकीची बी पेरण्यासाठी आदर्श असतात.

वेळ : गुंतवणुकीतील सर्वांत मोठा फायदा

गुंतवणुकीत पैसा महत्त्वाचा आहेच पण वेळ त्याहून जास्त महत्त्वाची आहे. गुंतवणूक लवकर सुरू केली, तर

- रक्कम लहान असली तरी चालते.
- चुका सुधारायला वेळ मिळतो.
- दीर्घ काळ गुंतवणुकीचा फायदा मिळतो.

गुंतवणूक उशिरा सुरू केली, तर

- रक्कम जास्त गुंतवावी लागते.
- ताण वाढतो.
- अस्वस्थता येऊन, अपेक्षा अवास्तव होतात.

वेळ हा असा घटक आहे, जो वाया गेल्यावर परत मिळवता किंवा खरेदी करता येत नाही.

लहान रक्कम, मोठा परिणाम

अनेक लोक म्हणतात, "इतक्या थोड्या पैशांनी काय होणार?" पण लवकर सुरू केलेली लहान रकमेची गुंतवणूक हळूहळू मोठं स्वरूप धारण करते. कारण, थेंबे थेंबे तळे साचे!

लवकर सुरू केलेली छोटी गुंतवणूक उशिरा सुरू केलेल्या मोठ्या गुंतवणुकीपेक्षा अनेकदा पुढे जाते.

गुंतवणूक लवकर सुरू केल्याचा मानसिक फायदा

लवकर गुंतवणूक सुरू केल्यावर फक्त पैसा वाढत नाही, त्यामुळे **मनाची जडणघडणही होते.**

- खर्च करण्याआधी, माणूस विचार करायला लागतो.
- 'पगार आला' म्हणजे 'गुंतवणूक झाली' अशी सवय लागते.
- तत्काळ आनंदापेक्षा दीर्घकालीन समाधान महत्त्वाचं वाटायला लागतं.

ही मानसिकता आयुष्यभर साथ देते.

गुंतवणूक लवकर सुरू केल्यावर, चुका करायला वेळ मिळतो.

चुकीची गुंतवणूक झाली तरी नुकसान मर्यादित असतं, पुन्हा उभं राहायला वेळ असतो. गुंतवणूक उशिरा सुरू केल्यावर, जर का चुका झाल्या तर त्या महाग पडतात, कारण सुधारायला वेळ कमी असतो. लवकर सुरुवात म्हणजे **शिकण्यासाठी मिळालेली मोकळीक.**

जोखीम पचवण्याची क्षमता जास्त असते.
तरुण वयात,

- जबाबदाऱ्या तुलनेने कमी,
- उत्पन्न वाढण्याची शक्यता जास्त,
- वेळ भरपूर,

म्हणून जोखीम पत्करण्याची क्षमता जास्त असते. याचा अर्थ कितीही जोखीम घ्यावी असा होत नाही पण दीर्घकालीन गुंतवणुकीसाठी थोडी जोखीम स्वीकारता येते.

एक धोकादायक सवय : आता नाही, नंतर!
आज टाळलेला निर्णय उद्या डोईजड होतो. गुंतवणूक नेहमी 'नंतर' सुरू करायची म्हणली, तर ती कधीच सुरू होत नाही. कारण नंतर लग्न, घर, मुलंबाळं अशा जबाबदाऱ्या असतात आणि माणसाच्या जबाबदाऱ्या कधीही कमी होत नाहीत, उलट त्या वाढत जातात.

गुंतवणूक लवकर सुरू केल्यामुळे स्वातंत्र्यही लवकर मिळतं
लवकर गुंतवणूक सुरू केली, तर

- आर्थिक स्वातंत्र्य लवकर येतं.
- काम करायचं की नाही, हा पर्याय तयार होतो.
- दैनंदिन आयुष्यातील अनेक गोष्टी पैशांच्या दबावाशिवाय आनंदाने करता येतात.

हे स्वातंत्र्य एका दिवसात मिळत नाही, पण लवकर सुरुवात केल्याने ते शक्य होतं.

'मी उशिरा सुरू करतोय,' अशी भावना आली असेल तर?
आलीच, तर स्वतःला दोष देऊ नका. आजचा दिवस सुरुवातीसाठी वापरा. उशीर झाला असेलच, तर

- शिस्त वाढवा.
- वास्तविक अपेक्षा ठेवा.

- सातत्य ठेवा.

  आजची सुरुवात उद्याची दिशा बदलू शकते.

लवकर गुंतवणूक म्हणजे आयुष्याचा वेग बदलणं

गुंतवणूक लवकर सुरू केली, तर

- पैशासाठी करावी लागणारी धावाधाव कमी होते.
- निर्णय शांतपणे घेता येतात.
- आयुष्यावर नियंत्रण मिळवता येतं.

  पैसा तुमच्यासाठी काम करायला लागतो, तुम्ही पैशासाठी नाही.

पालकांनी मुलांसाठी काय करायला हवं?

जर मुलं कमावायला लागली असतील, तर

- त्यांना गुंतवणुकीचं महत्त्व समजावून सांगा.
- त्यांना घाबरवू नका, मार्गदर्शन करा.
- पहिली गुंतवणूक त्यांच्याकडून करवून घ्या.

  ही तुम्ही दिलेली, त्यांना आयुष्यभर पुरणारी सर्वोत्तम भेट आहे.

गुंतवणूक लवकर सुरू केल्यावर काय बदलतं?

- ताण कमी होतो.
- पर्याय वाढतात.
- भविष्य स्पष्ट दिसायला लागतं.

आणि सगळ्यात महत्त्वाचं **पैशांविषयी आत्मविश्वास वाढतो.** गुंतवणूक लवकर सुरू करणं हा फक्त हुशारीचा नव्हे, तर दूरदृष्टीचाही निर्णय आहे. आज लावलेल्या बीचं उद्याच झाड होत नाही. पण आज बी न लावल्याचं दुःख उद्या नक्की जाणवतं. म्हणून आजच सुरुवात करा.

या जगात अनेक लोक अब्जाधीश आहेत. काही लोक त्यांच्यापेक्षाही श्रीमंत आहेत. ही श्रीमंती स्वतःच्या बुद्धिमतेतून निर्माण केलेले काही लोक आहेत. त्यातले काही उद्योजक आहेत, तर काही गुंतवणूकदार आहेत. जगातील सर्व गुंतवणूकदारांचा आदर्श असलेली व्यक्ती म्हणजे वॉरन बफे. ३० ऑगस्ट

१९३० रोजी अमेरिकेतील एका सामान्य कुटुंबात जन्म झालेल्या वॉरन बफे यांना लहानपणीच गुंतवणुकीचा छंद लागला. आजमितीला, म्हणजे मार्च २०२६ मध्ये त्यांची संपत्ती आहे, १४,७६० कोटी अमेरिकन डॉलर्स! आणि ही सर्व संपत्ती त्यांनी **फक्त गुंतवणूक** करून मिळवलेली आहे. त्यांनी गुंतवणुकीची सुरुवात त्यांच्या वयाच्या ११ व्या वर्षी केली होती. एका मुलाखतीत ते म्हणाले होते, "गुंतवणूक सुरू करायला तसा मला उशीरच झाला!"

केल्याने होत आहे, आधी केलेची पाहिजे! आजपासून हे कराच!

१. तुमची पहिली गुंतवणूक ताबडतोब सुरू करा.

२. रक्कम लहान असली तरी चालेल पण गुंतवणुकीत सातत्य ठेवा.

प्रकरण ५

शॉर्ट, मीडियम आणि लाँग टर्म गोल्स

"मला खूप पैसे कमवायचे आहेत."

"भविष्य सुरक्षित हवंय."

"काहीतरी करायचं आहे, पण नेमकं काय ते ठरत नाही."

ही वाक्यं चांगली वाटतात, पण त्यात एक मोठी अडचण आहे, ती ध्येय नाहीत, त्या फक्त इच्छा आहेत. इच्छा ध्येयात रूपांतरित झाल्या की मगच नियोजन सुरू होतं.

ध्येय म्हणजे काय आणि इच्छा म्हणजे काय?

इच्छा म्हणजे, कधीतरी व्हावीशी वाटणारी गोष्ट. ध्येय म्हणजे नक्की किती, कधी आणि कसं करायचं, हे स्पष्ट असलेली गोष्ट.

ध्येय का गरजेची आहेत?

ध्येय नसलेलं आर्थिक नियोजन दिशा नसलेल्या प्रवासासारखं असतं.

- दिशा नाही.
- वेग ठरत नाही.
- कुठे पोहोचायचं ते कळत नाही.

ध्येय ठरवलं की पैसा कुठे वापरायचा हे आपोआप स्पष्ट होतं. पैशांच्या बाबतीत स्पष्टता नसेल, तर गोंधळ वाढतो.

शॉर्ट, मीडियम आणि लाँग टर्म गोल्स म्हणजे काय?

आर्थिक ध्येय तीन गटांत विभागता येतात.

- शॉर्ट टर्म (लघुकालीन)
- मीडियम टर्म (मध्यमकालीन)
- लाँग टर्म (दीर्घकालीन)

हे विभाजनामुळे नियोजन सोपं होतं.

- **शॉर्ट टर्म गोल्स (१ ते ३ वर्षे)**

  ही असतात, लवकर पूर्ण होणारी आणि जवळची ध्येय.

  उदाहरणं :

  - आपत्कालीन निधी तयार करणं,
  - क्रेडिट कार्ड कर्ज फेडणं,
  - छोटा प्रवास,
  - नवीन कौशल्यासाठी खर्च,

- **मीडियम टर्म गोल्स (३ ते ७ वर्षे)**

  ही असतात, आज आणि उद्या यांच्यातली ध्येय.

  उदाहरणं :

  - घरासाठी डाउन पेमेंट,
  - मुलांच्या शाळेचे खर्च,
  - स्वतःचा व्यवसाय सुरू करणं,
  - मोठी कार,

  इथे काय महत्त्वाचं?

  मीडियम टर्म गोल्स गाठताना तुलनेनी मोठी रक्कम उभारायला लागते. ही रक्कम नुसत्या बचतीमुळे उभी राहू शकत नाही. त्यामुळे त्यासाठी गुंतवणूक करावीच लागते. ही गुंतवणूक करताना जोखीम संतुलित असावी, ती शिस्तबद्ध असावी आणि ती चक्रवाढीनी वाढणारी असावी. ही ध्येयं जीवनशैलीवर थेट परिणाम करतात, म्हणून नियोजन चुकू नये.

- **लाँग टर्म गोल्स (७+ वर्षे)**

  ही असतात सर्वांत महत्त्वाची आणि दूरची ध्येय.

  उदाहरणं :

- मुलांचं उच्चशिक्षण,
- निवृत्ती नियोजन,
- आर्थिक स्वातंत्र्य,

यांचं वैशिष्ट्य काय?

ही ध्येयं गाठण्यासाठी तुमच्याकडे वेळ भरपूर असतो, त्यामुळे यासाठीची गुंतवणूक थोडी जास्त जोखीम घेऊन करता येते. शेअरबाजारातील चढ-उतारांचा फायदा इथे मिळू शकतो. योग्य दिशा, दीर्घकालीन नियोजन आणि संयम इथे सर्वांत महत्त्वाचा ठरतो. इथे वेळ तुमच्या सर्वांत जास्त मदतीला येतो.

सगळ्या ध्येयांसाठी एकच पद्धत चालत नाही.

ही मोठी चूक अनेक जण करतात. शॉर्ट, मीडियम आणि लाँग टर्म गोल्स हे अर्थातच वेगवेगळे असतात. म्हणजे त्यांचे कालावधी आणि रकमा वेगवेगळ्या असतात. त्या रकमा वेगवेगळ्या असल्याने त्या मिळवण्याचे मार्गही वेगळे असतात. यातला एक ध्येयाचा मार्ग दुसऱ्या ध्येयासाठी योग्य ठरत नाही. प्रत्येकाची बलस्थाने आणि प्रत्येकाचे धोके वेगळे असतात. तुम्हाला जर का दोन किमी अंतरावर जायचे आहे. तिथे जाणारे रस्ते अरुंद आहेत, तिथे खूपच गर्दी आहे तर तिथे तुम्ही चारचाकी गाडीने कधीही जाणार नाही. पण जर का तुम्हाला ३०-४० किमी पार करून जायचे आहे. रस्ते रुंद आहेत, पार्किंगची जागा उपलब्ध आहे, तर तिथे तुम्ही चारचाकी गाडीने जाऊ शकता. म्हणजेच ध्येय बदलले की साधन बदलते.

म्हणूनच, ध्येय ठरवा आणि त्यानुसार योजना करा.

मुख्य प्रश्न : आधी कोणतं ध्येय?

सगळं एकाच वेळी शक्य नसतं. म्हणून,

- आधी सुरक्षितता,
- मग स्थैर्य,
- मग वाढ,

हा क्रम लक्षात ठेवा. आपत्कालीन निधी आणि विमा हे सगळ्यात पहिले ध्येय असायला हवं.

- **ध्येय लिहिण्याचं महत्त्व**
  मनात असलेली ध्येय नेहमीच बदलत राहतात. पण लिहिलेली ध्येय,
  - स्पष्ट होतात.
  - मोजता येतात.
  - प्रगती तपासता येते.

  लिहिणं म्हणजे स्वतःशी केलेला करार.
- **ध्येय बदलली तर काय?**
  आयुष्य स्थिर नसतं.
  - उत्पन्न बदलतं.
  - जबाबदाऱ्या बदलतात.
  - प्राधान्ये बदलतात.

  म्हणून ध्येय बदलली तर अपराधी वाटून घेऊ नका. नियोजन लवचीक ठेवा.
- **ध्येय आणि भावना**
  ध्येय ठरवताना त्यात भावना गुंतलेल्या असतात.
  - मुलांचं भविष्य,
  - स्वतःची सुरक्षितता,
  - स्वप्नामधलं घर,

  भावना चुकीच्या नसतात पण निर्णय घेताना त्यांना दिशा द्यायला हवी.

एक मोठा सापळा : इतर लोक काय करतात!

तुलना ही ध्येयांची शत्रू आहे. तुमचं उत्पन्न, जबाबदारी आणि क्षमता ही वेगळी असते. त्यामुळे इतरांचं ध्येय आणि तुमचं ध्येय हेही वेगळं असतं.

ध्येय आणि शिस्त

शिस्त म्हणजे,

- नियमित बचत,
- ठरलेली गुंतवणूक,
- भावनिक निर्णय टाळणं,

  या शिस्तीमुळे ध्येय प्रत्यक्षात येतात!

प्रत्येक ध्येयाला कालावधी द्या, तारीख ठरवा : 'कधीतरी' ही तारीख नसते.

ध्येयाला वेळ, रक्कम आणि योजना ठरवलीत की मगच ते ध्येय साध्य होऊ शकतं.

ध्येय नसलेला पैसा वाया जातो. ध्येय असलेला पैसा आयुष्य घडवतो. शॉर्ट, मीडियम आणि लाँग टर्म ध्येय म्हणजे तुमच्या आर्थिक आयुष्याची दिशा! दिशा असेल, तरच प्रवास योग्य होतो, नाहीतर नुसतीच वणवण होते.

केल्याने होत आहे, आधी केलेची पाहिजे! आजपासून हे कराच!

१. तुमचे तीन शॉर्ट टर्म, दोन मीडियम टर्म आणि एक लाँग टर्म ध्येय ठरवा.

२. त्या प्रत्येकाची रक्कम आणि कालावधी ठरवा.

३. त्यानुसार सध्याची बचत आणि गुंतवणूक सुरू करा.

प्रकरण ६

रिटायरमेंट प्लॅनिंगचे महत्त्व

(निवृत्तीनंतरच्या खर्चाचे नियोजन)

"मुलं आहेत ना... ती बघतील."

"निवृत्तीनंतर खर्चच किती असतो?"

"आत्ताचा पगारच पुरत नाहीये... नंतर कसं काय होणार आहे!"

ही वाक्यं खूप वेळा ऐकू येतात आणि याच विचारांमुळे निवृत्तीचं नियोजन सतत पुढे ढकललं जातं. इथेच चूक होते. **निवृत्ती म्हणजे काम संपणं नाही. निवृत्ती म्हणजे नियमित पगार संपणं.** पगार संपला, तरी खर्च सुरूच राहतात.

निवृत्ती म्हणजे काय?

निवृत्ती म्हणजे,

- जबाबदाऱ्या संपणं नव्हे.
- आयुष्य थांबणं नव्हे.
- खर्च कमी होणं नव्हे.

निवृत्ती म्हणजे **नियमित उत्पन्नाचा स्त्रोत बदलणं.**

पूर्वी : काम → पगार → खर्च

नंतर : गुंतवणूक → उत्पन्न → खर्च

हा बदल आधीच समजून घेतला, तर निवृत्ती शांतपणे व्यतीत होते.

एक मोठा गैरसमज : निवृत्तीनंतर खर्च कमी होतात

अनेकांना वाटतं, निवृत्तीनंतर खर्च कमी होतील.

खरं चित्र असं असतं,

- वैद्यकीय खर्च वाढतो.
- औषधं, तपासण्या वाढतात.
- वेळ जास्त असल्याने प्रवास आणि छंद वाढतात.
- महागाईवाढ थांबत नाही.

म्हणजे खर्चाचं स्वरूप बदलतं पण खर्च संपत नाही.

निवृत्तीनंतरचे प्रमुख खर्च

१. दैनंदिन खर्च

हे खर्च निवृत्तीनंतरही तेवढेच असतात.

२. आरोग्य खर्च

डॉक्टर, औषधं, हॉस्पिटल : असे खर्च वयानुसार वाढतात आणि हाताबाहेर जाऊ शकतात.

३. जीवनशैली खर्च

प्रवास, सामाजिक कार्यक्रम, छंद : असे खर्च वयानुसार वाढू शकतात कारण निवृत्ती म्हणजे फक्त घरी बसणं नाही.

४. आकस्मिक खर्च

घराची दुरुस्ती, अपघात : हे खर्च आधीच गृहीत धरायला हवेत.

निवृत्ती नियोजन उशिरा केल्याचा धोका

नियोजन उशिरा केल्यावर,

- मोठी रक्कम गुंतवावी लागते.
- परतव्यासाठी जोखीम घ्यावी लागते.
- ताण वाढतो.

लवकर सुरू केलं, तर

- छोटी रक्कम गुंतवली तरी चालते.
- वेळ मदतीला असल्याने जोखीम कमी असते.

- मन शांत राहते.

निवृत्तीनियोजनात वेळ ही सगळ्यात मोठी संपत्ती आहे.

एक धोका : आम्ही मुलांवर अवलंबून राहू

मुलं मदत करणार नाहीत असं नाही. पण,

- त्यांना स्वतःची जबाबदारी असते.
- त्यांच्या आयुष्यावर ताण येतो.
- नात्यांमध्ये दुरावा येऊ शकतो.

आर्थिक स्वावलंबन हे निवृत्तीनंतरचं सर्वांत मोठं वरदान आहे.

निवृत्ती म्हणजे मानसिक तयारीसुद्धा!

निवृत्ती फक्त आर्थिक नाही, ती मानसिकही असते.

- तुम्ही प्राचार्य, इन्स्पेक्टर, सुपरिटेंडंट, कॅशिअर अशा एखाद्या पदावर असता. लोक तुम्हाला त्या हुद्द्यावरून ओळखत असतात, मान देत असतात. निवृत्तीनंतर तुमची ही ओळख जाते, तो मानमरातब नष्ट होतो. तुम्ही सामान्य होऊन जाता. दुसरे म्हणजे तुमचा दिनक्रम बदलतो, आपण उपयोगी आहोत, ही भावना कमी होते. या सर्व गोष्टींमुळे तुम्ही मानसिकदृष्ट्या अस्थिर होता. तुमच्याकडे जर आर्थिक सुरक्षितता नसेल, तर ही मानसिक अस्थिरता आणखी वाढते.

निवृत्ती नियोजनात काय असायलाच हवं?

१. नियमित उत्पन्नाची व्यवस्था

- दर महिन्याचा खर्च भागेल अशी योजना.

२. भांडवल सुरक्षितता

- सगळं भांडवल एकाच ठिकाणी नको. काही भाग शेअर मार्केट, काही भाग फंड, काही भाग बँकेत एफडी असे विभागलेले हवे.

३. महागाईचा विचार

- आजचा खर्च उद्या जास्त असणार.

४. आयुष्य किती जगणार याचा अंदाज

- जास्त काळासाठी तयारी.

एक नेहमीचा प्रश्न : किती पैसा लागेल?

हा प्रश्न विचारणं गरजेचं आहे, पण याचं एकच उत्तर नसतं. तो अवलंबून असतो,

- तुमच्या सध्याच्या खर्चावर,
- अपेक्षित जीवनशैलीवर,
- आरोग्यस्थितीवर,

म्हणून इतरांचं ऐकून नाही, **स्वतःच्या परिस्थितीवर आधारित नियोजन करा.**

निवृत्ती नियोजन म्हणजे थांबणं नव्हे

निवृत्तीनंतर,

- काही जण अर्धवेळ काम करतात.
- काही जण छंदातून उत्पन्न मिळवतात.
- काही जण समाजकार्य करतात.

जर पैशाची चिंता नसेल, तर निवृत्ती ही नवी सुरुवात बनू शकते.

निवृत्ती आणि जोखीम

निवृत्तीच्या जवळ जोखीम कमी करावी लागते. पण जोखमीतली सर्व गुंतवणूक काढून सर्वोच्च सुरक्षित म्हणून बचत खात्यात ठेवली तर परतावा खूपच कमी मिळतो. त्याच्यापेक्षा खूप जास्त प्रमाणात महागाई वाढत असते. म्हणून संतुलन आवश्यक आहे.

'आता उशीर झाला' असं वाटत असेल तर?

उशीर झाला असेल, तर

- शिस्त वाढवा.
- खर्च तपासा.
- अपेक्षा वास्तविक ठेवा.

आज उचललेलं योग्य पाऊल उद्याची निवृत्ती सुखाची, समाधानाची आणि निवांत करू शकतं.

निवृत्ती आणि कुटुंबसंवाद

निवृत्तीबाबत कुटुंबाशी संवाद ठेवा.

- अपेक्षा स्पष्ट करा.
- जबाबदाऱ्या ठरवा.
- गैरसमज टाळा.

संवाद असेल तर निवृत्ती सुखद होते. निवृत्ती हा शेवट नाही. तिची तयारी वेळीच केली तर ती आयुष्याचा **सर्वांत शांत टप्पा होऊ शकते.**

निवृत्तीकाल सन्मानाने जगा

निवृत्तीमध्ये कोणालाही हात पसरून जगायला लागू नये. या काळात स्वतःच्या मर्जीप्रमाणे, मनमुराद आणि मुख्य म्हणजे स्वतःच्या पैशांवर, सन्मानाने जगता आलंच पाहिजे.

केल्याने होत आहे, आधी केलेची पाहिजे! आजपासून हे कराच!

१. तीन ते चार निवृत्त माणसांबरोबर गप्पा मारून निवृत्तीनंतरचा अंदाजे मासिक खर्च आणि बाकीचे अनियमित खर्च लिहून ठेवा.

२. निवृत्त जीवनासाठीचा निधी जमा करायला सुरुवात करा.

भाग ९

उत्पन्न, महागाई आणि आर्थिक सुरक्षा

प्रकरण १

पगारातून गुंतवणूक कशी करावी?

"महिन्याच्या शेवटी काहीच उरत नाही."

"पगार कसा संपतो कळत नाही."

"आधी खर्च भागवू या, मग गुंतवणूक पाहू."

ही वाक्यं खूप ओळखीची वाटतात. कारण पगारावर जगणाऱ्या बहुतेक लोकांची हीच कथा आहे. पण एक लक्षात घ्या, **'पगारातून उरलेलं' गुंतवायचं नसतं, आधी गुंतवणूक करायची असते.**

पगार आणि गुंतवणूक यांचं नातं

पगार म्हणजे, गुंतवणूक करण्याची दर महिन्याला मिळणारी संधी. पण ती संधी बहुतेक वेळा खर्चात विरघळते. पगार झाल्यावर आधी घरखर्च केला, तर गुंतवणूक नेहमी शेवटी करावी लागते आणि हा शेवट कधीच येत नाही.

एक असंबद्ध वस्तुस्थिती : माझा पगार कमी आहे!

पगार कमी असणं ही गुंतवणुकीमधली अडचण नसतेच. शिस्त नसणं ही खरी अडचण आहे. अनेक लोक लहान पगारातूनही गुंतवणूक करतात. कारण त्यांना कोणत्याही परिस्थितीत गुंतवणूक करायचीच असते. ते पगार वाढण्याची वाट बघत बसंत नाहीत.

पगारातून गुंतवणुकीची पहिली पायरी

पहिली पायरी खूप साधी आहे, पगार येण्याआधीच गुंतवणूक ठरवणं.

- ठरावीक रक्कम,
- ठरावीक तारीख,
- ठरावीक उद्देश,

या तीन गोष्टींमुळे गुंतवणुकीची सवय लागते.

एक चांगली सवय : पहिले स्वतःला पगार द्या

घरभाडं, विजेचे बिल, शाळेची फी, किराणा बिल हे सगळे पैसे घर चालवताना आधी देता. हे दिल्यानंतर जे पैसे उरलेले असतात, त्यातून गुंतवणूक करता. अशा उरल्यासुरल्या रकमेतून भविष्य घडेल का?

गुंतवणूक म्हणजे स्वतःला दिलेला पहिला पगार आहे.

किती टक्के पगार गुंतवावा?

याचं एकच उत्तर नसतं. पण सुरुवातीला किमान १०% करा. शक्य असेल तर १५–२०% करा. रक्कम महत्त्वाची नाही, सातत्य महत्त्वाचे आहे. उत्पन्न वाढलं, की गुंतवणूकही वाढवा.

खर्च कमी करा, गुंतवणूक नव्हे

खूप लोक म्हणतात, "गुंतवणूक वाढवायची आहे, पण खर्च कमी होत नाही." खरं तर खर्चात नेहमीच कपात करता येते. अनावश्यक सबस्क्रिप्शन्स, दिखाऊ खर्च आणि भावनिक खरेदी या गोष्टी कमी केल्या, तर गुंतवणुकीसाठी भरपूर पैसे शिल्लक राहतात.

पगारातून गुंतवणूक आणि उद्दिष्टं

गुंतवणुकीमागे उद्दिष्ट नसेल, तर ती मधेच थांबते. म्हणून शॉर्ट टर्म, मीडियम टर्म आणि लाँग टर्म ध्येय ठरवा आणि त्यानुसार पगारातून गुंतवणूक विभागा.

कर्ज आणि गुंतवणूक : समतोल कसा साधावा?

जर तुम्ही घेतलेल्या कर्जाचा व्याजदर जास्त असेल, तर फार मोठी रक्कम एखाद्या ठिकाणी गुंतवू नका. काही वेळा कर्ज फेडणं हीच सर्वोत्तम गुंतवणूक असते. कर्ज आणि गुंतवणूक यात समतोल ठेवा.

गुंतवणूक करताना भावनांचा अडथळा

- "आज नाही जमलं."
- "पुढच्या महिन्यात पाहू."

या वाक्यांमुळे गुंतवणुकीची सवय मोडते. गुंतवणूक भावनेवर अवलंबून ठेवूच नका. गुंतवणुकीसाठी एक व्यवस्था किंवा यंत्रणा तयार करा. तुमच्या खात्यातून ऑटोमॅटिकली दरमहा, ठरावीक रक्कम तुम्ही सांगितलेल्या ठिकाणी वळती करण्याची व्यवस्था प्रत्येक बँकेत असते. हे काम ऑटोमॅटिक होते. त्यासाठी तुम्ही एकदाच सूचना देणे पुरेसे असते. हे काम एकदा केलं, की दरमहा तिथे जायचीसुद्धा गरज राहत नाही.

बोनस, वाढ आणि गुंतवणूक

जेव्हा बोनस मिळतो, पगार वाढतो, एखादे बक्षीस मिळते, तेव्हा जीवनशैली लगेच उंचावू नका. आधी गुंतवणूक वाढवा. बोनस म्हणजे खर्च करण्याची नव्हे, तर भविष्य मजबूत करण्याची संधी.

गुंतवणूक आणि मानसिक शांतता

गुंतवणूक सुरू झाली, की भविष्याबद्दल आत्मविश्वास येतो, अनपेक्षित खर्चांची भीती कमी होते, कामावर लक्ष केंद्रित होतं आणि मन शांत झालं, की निर्णयही योग्य घेतले जातात.

एक भावना : मी उशिरा सुरू करतोय!

आजचा दिवस सुरुवातीसाठी योग्य आहे. पगार किती आहे, यापेक्षा सुरुवात केलीय का, हे महत्त्वाचं आहे.

गुंतवणूक = आर्थिक शिस्त

ही शिस्त एका महिन्यात नाही, हळूहळू लागते. पण एकदा लागली, की ती आयुष्य बदलते. गुंतवणूक सुरू केली, की तुमची आर्थिक परिस्थिती नक्की बदलते. पगार म्हणजे उद्याचं स्वातंत्र्य उभं करण्याचं साधन आहे, ते खर्च करून टाकू नका!

केल्याने होत आहे, आधी केलेची पाहिजे! आजपासून हे कराच!

पगाराच्याच दिवशी गुंतवणूक करा. ती रक्कम पगाराच्या किमान १०% असलीच पाहिजे.

प्रकरण २

बचत अपुरी का ठरते?

"मी दर महिना थोडी बचत करतो."

"पैसे बँकेत सुरक्षित ठेवले आहेत."

"मला बाकी कोणतीही जोखीम नकोय, बचतच पुरेशी आहे."

ही वाक्यं ऐकायला छान वाटतात आणि खरंच बचत ही छानच सवय आहे. पण इथे एक कठोर सत्य समजून घ्यायला हवं. **फक्त बचत केली, तर पैसा सुरक्षित राहतो पण तो वाढत नाही आणि अनेकदा तो हळूहळू कमी होतो.** हे ऐकायला विचित्र वाटेल, पण कारण खूप साधं आहे ते म्हणजे महागाई.

बचत म्हणजे नेमकं काय?

बचत म्हणजे उद्याकरता, विविध कारणांसाठी बाजूला ठेवलेला पैसा. ही सवय आवश्यक आहे. बचतीची गरज नेमकी काय असते, ते शाळेतल्या मुलांनाही माहिती असते पण बचत म्हणजे अंतिम उपाय नाही, तो पहिला टप्पा आहे.

महागाई म्हणजे काय?

महागाई म्हणजे आज जी वस्तू १०० रुपयांना मिळते, तीच काही वर्षांनी १५० किंवा २०० रुपयांना मिळणं. म्हणजे पैशाची किंमत कमी होत जाते. आजच्या १०० रुपयांची ताकद उद्या तितकीच राहत नाही. हीच महागाई, आपल्या बचतीची खरी शत्रू आहे.

महागाई रोज दिसत नाही पण तिचा परिणाम मोठा असतो

महागाई अचानक येत नाही, ती हळूहळू येते. दूध, भाजी, शिक्षण, औषधं या गोष्टी दरवर्षी थोड्या थोड्या महाग होत जातात. आपण रोज लक्ष देत नाही, पण १०–१५ वर्षांनी हा फरक प्रकर्षाने जाणवतो.

बँकेत ठेवलेले पैसे सुरक्षित असतात... पण ही गोष्ट पुरेशी नाही.

बँकेत पैसे ठेवले तर ते चोरीला जात नाहीत, ही महत्त्वाची गोष्ट आहे. पण ते पैसे महागाईपेक्षा जास्त वाढतात का? नाही वाढत. जर बँकेचा व्याजदर ५–६% आणि महागाईचा दर ६–७% असेल, तर तुमचा पैसा कागदावर वाढतो पण प्रत्यक्षात त्याची खरेदीशक्ती कमी होते.

एक साधं उदाहरण

समजा आज तुमच्याकडे १० लाख रुपये आहेत. ते बँकेत ठेवले तर आजच्या व्याजाच्या दराने १० वर्षांनी त्यांचे १२–१३ लाख होतील. पण त्या १२–१३ लाखांमध्ये तुम्ही आज जितकी खरेदी करू शकता, तितकी १० वर्षांनी करू शकाल का? नाहीच करू शकणार. म्हणजे **पैसा वाढला, पण जगणं महाग झालं.**

बचत सुरक्षित असते पण स्थिर असते.

बचतीमध्ये जोखीम कमी असते आणि मन शांत असतं. पण बचतीमध्ये वाढ अतिशय मर्यादित असते आणि अर्थातच ती भविष्यासाठी अपुरी असते. जर आयुष्यभर फक्त बचतच केली, तर पुढे मोठ्या खर्चांसाठी ती कमी पडते.

मग बचत करणे चुकीचे आहे का?

अजिबात नाही. बचत आवश्यकच आहे, पण ती पुरेशी नसते.

बचत आणि गुंतवणूक या दोन्हींचे हेतू भिन्न आहेत.

- बचत = सुरक्षितता
- गुंतवणूक = वाढ

म्हणून या दोन्ही गोष्टी करायला हव्यात.

एक त्रिकालाबाधित सत्य : जोखीम सगळीकडेच असते!

अनेक लोक म्हणतात, "मला जोखीम नको म्हणून मी गुंतवणूक करत नाही."

पण महागाईमुळे पैसा कमी होणं, हीसुद्धा एक जोखीमच आहे. ती दिसत नाही, म्हणून आपण तिच्याकडे दुर्लक्ष करतो, इतकंच काय ते!

बचतीच्या पैशाचा वापर कुठे करता येतो?

- आपत्कालीन निधी म्हणून,
- शॉर्ट टर्म गोल पूर्ण करण्यासाठी,
- कोणतीही एक मोठी गुंतवणूक करण्यासाठी,
- मानसिक सुरक्षितता म्हणून,

या सगळ्यासाठी बचत अत्यंत महत्त्वाची आहे पण दीर्घकालीन ध्येयांसाठी फक्त बचत पुरेशी नसते.

दीर्घकालीन ध्येय आणि बचत

- मुलांचं शिक्षण,
- आर्थिक स्वातंत्र्य,
- निवृत्ती,

या सगळ्यांसाठी पैसा वाढवावाच लागतो. तो फक्त सुरक्षित ठेवून ही ध्येयं साध्य होत नाहीत.

आणखी एक गैरसमज : माझं उत्पन्न कमी आहे

उत्पन्न कमी असो वा जास्त, महागाई सगळ्यांसाठी सारखीच असते. म्हणून गुंतवणुकीला लवकर सुरुवात करणे, फार महत्त्वाचे ठरते. लहान रक्कम असली तरी हरकत नाही. ही रक्कम जास्त कालावधीसाठी गुंतवून ठेवली, तरी हवा तो परिणाम मिळू शकतो. हा महागाईवरचा सगळ्यात प्रभावी उपाय आहे.

बचत + गुंतवणूक = संतुलन

योग्य आर्थिक नियोजन करताना सगळ्या पैशांची जोखीम घेऊ नका आणि सगळे पैसे सुरक्षित ठेवू नका. या दोन्हींमध्ये संतुलन ठेवलं, तर ताण कमी होतो, वाढ मिळते आणि भविष्य सुरक्षित होतं.

एक लोकप्रिय भ्रम : माझे पैसे बँकेत आहेत, त्यामुळे मी सुरक्षित आहे.
तुम्ही आज सुरक्षित आहात, पण उद्यासाठी तुमची तयारी नसेल, तर ही सुरक्षितता अपुरी ठरते. बँक पैसा सांभाळते, भविष्य नाही.

मग काय करायला हवं?

बचत करा पण तिच्यावर अवलंबून राहू नका. दीर्घकालीन गरजांसाठी गुंतवणूक करा, महागाईपेक्षा जास्त वाढ मिळेल याकडे लक्ष ठेवा. हे सगळं एकदम नाही, हळूहळू करा. बचत ही शहाणपणाची सुरुवात आहे. पण श्रीमंतीकडे नेणारा मार्ग फक्त बचतीतून जात नाही. महागाई थांबत नाही, म्हणूनच पैशालाही थांबवू नका. त्याला वाढू द्या.

केल्याने होत आहे, आधी केलेची पाहिजे! आजपासून हे कराच!

१. तुमची सध्याची बचत आणि तिचा उद्देश स्पष्ट लिहा.
२. सगळे पैसे बँकेत ठेवू नका. ते तसे बँकेत असतील तर ते आजच इतरत्र वळवा. त्यासाठी सल्लागाराचे मार्गदर्शन घ्या.

प्रकरण ३

आपत्कालीन निधी : किती आणि का?

"अनपेक्षित खर्च आला."

"नोकरी गेली, आता काय करायचं?"

"हॉस्पिटलमधून फोन आला आणि सगळं गडबडलं."

आपत्कालीन प्रसंग पूर्वसूचना देत नाहीत. ते अचानक येतात आणि आयुष्यच बदलून टाकतात. अशा वेळी **पैसा नसेल तर ताण वाढतो आणि ताणात घेतलेले निर्णय महाग पडतात.** इथेच आपत्कालीन निधी तुमचा सगळ्यात जवळचा मित्र ठरतो.

आपत्कालीन निधी म्हणजे नेमकं काय?

आपत्कालीन निधी म्हणजे अचानक आलेल्या परिस्थितीसाठी बाजूला ठेवलेला पैसा. हा पैसा गुंतवणूक, इतर खर्च यांसाठी नसतो. यातून परतावाही मिळत नसतो. हा **पैसा मानसिक शांततेसाठी असतो!**

आपत्कालीन परिस्थिती म्हणजे काय?

आपत्कालीन परिस्थिती म्हणजे,

- नोकरी जाणं.
- मोठा वैद्यकीय खर्च येणं.
- व्यवसायात अचानक अडचण येणं.

- घरात महत्त्वाची दुरुस्ती निघणं.

या सगळ्या गोष्टी नेहमीच्या बजेटमध्ये बसत नाहीत म्हणून त्यासाठी वेगळी तयारी हवी.

एक गोड गैरसमज : माझ्याकडे क्रेडिट कार्ड आहे!

खूप लोक म्हणतात, "इमर्जन्सी आली तर कार्ड वापरू."

पण क्रेडिट कार्ड म्हणजे आपत्कालीन निधी नाही, ती एक उधारी आहे.

- **क्रेडिट कार्डचे तोटे**
  - व्याज जास्त,
  - तणावात वाढ,
  - परतफेडीचा दबाव,

इमर्जन्सीमध्ये कर्ज नको असतं, **मोकळा श्वास हवा असतो.**

आपत्कालीन निधी का इतका महत्त्वाचा आहे?

कारण तो तुम्हाला तीन गोष्टी देतो:

१. **निर्णय घेण्याची मोकळीक :** घाईत निर्णय घ्यावे लागत नाहीत.
२. **गुंतवणूक वाचवतो :** गुंतवणूक मध्येच मोडावी लागत नाही.
३. **मानसिक शांतता :** "काहीही झालं तरी प्रॉब्लेम नाही," ही अमूल्य भावना मनात असते.

आपत्कालीन निधी नेमका किती असायला हवा?

याचं एकच उत्तर नसते. तुमचा किमान ६ महिन्यांचा खर्च (आदर्श परिस्थितीत ९ ते १२ महिन्यांचा खर्च) निघेल, इतका हा निधी हवा. महिन्याच्या खर्चात अन्नधान्य, सर्व ईएमआय, शिक्षण, वीजपाणी, इतर दैनंदिन गरजा हे आवश्यक घटक येतात. यात मौजमजा धरलेली नाही.

आपत्कालीन निधी कोणाला किती काळाचा हवा?

- स्थिर नोकरदार → ६ महिने
- खासगी नोकरी / व्यावसायिक → ९ ते १२ महिने

कमावणारा माणूस घरात एकच असेल किंवा त्याच्यावर जास्त जबाबदाऱ्या असतील, तर मोठा निधी आवश्यक आहे. थोडक्यात, तुमच्या परिस्थितीवर तुमचा आपत्कालीन निधी ठरतो.

एक नकारात्मक भावना : आत्ता जमणार नाही

सुरुवातीला सर्व निधी हातात हवा, असं नाही. तो तुम्ही साठवू शकता. सातत्य महत्त्वाचं आहे, परिपूर्णता नाही.

हा पैसा कुठे ठेवायचा?

हा फार महत्त्वाचा प्रश्न आहे. आपत्कालीन निधी लगेच उपलब्ध व्हायला हवा आणि सुरक्षित हवा. तो जोखमीच्या गुंतवणुकीत ठेवू नका. त्यावर परतावा नाही मिळाला तरी चालेल.

- **योग्य ठिकाणं :**
  - बचत खाते (वेगळं),
  - घरात रोख रक्कम ठेवणे,
  - सोने किंवा चांदी,

  महत्त्वाचं : हा निधी **२४–४८ तासांत हातात** यायला हवा, अशा ठिकाणी ठेवावा.
- **कुठे ठेवू नये ?**
  - शेअरबाजार,
  - दीर्घकालीन गुंतवणूक,
  - लॉक इन असलेली साधनं,
  - जिथून पैसे काढायला वेळ लागतो,

  कारण संकटप्रसंगी वेळेची किंमत खूप जास्त असते. पैसे हातात पडायला एक दोन तास उशीर झाला तर अनर्थ होऊ शकतो. त्या वेळी सर्व कुटुंबीयांची मानसिक अवस्थाही नाजूक झालेली असते. त्यामुळे हे मुद्दे लक्षात ठेवूनच ही व्यवस्था केली जावी.

आपत्कालीन निधी आणि विमा : फरक समजून घ्या

विमा	**आपत्कालीन निधी**
मोठ्या धक्क्यासाठी	सर्वसाधारण अडचणींसाठी
विशिष्ट कारणासाठी	लगेच वापरायला

दोन्ही गरजेचे आहेत. एक दुसऱ्याची जागा घेऊ शकत नाही.

“हा पैसा वापरायचा कधी?”

हा पैसा वापरायचा, खरंच गरज असेल तेव्हाच म्हणजे संकटामध्येच.

- सणासुदीला नाही.
- कोणत्याही खरेदीसाठी नाही.
- मौजमजा, सुट्टीसाठी नाही.

एकदा वापरला, तर तो पुन्हा भरून काढणं ही पुढची जबाबदारी असते.

आपत्कालीन निधी = आर्थिक शिस्तीची परीक्षा

हा निधी तयार करणं सोपं नाही.

- संयम लागतो.
- खर्चावर नियंत्रण लागतं.
- अनेक गोष्टींना नकार द्यावा लागतो.

पण तो तयार झाला, की तुमची आर्थिक पातळी एकदम वर जाते.

नोकरी बदलताना किंवा व्यवसाय सुरू करताना आपत्कालीन निधी फार महत्त्वाचा ठरतो.

पगारात खंड पडल्यावर, उत्पन्न अनियमित झाल्यावर हा निधी उपलब्ध असला तर घरी ताण येत नाही. यामुळे नवीन निर्णय धैर्याने घेता येतात.

मानसिक आरोग्य आणि आपत्कालीन निधी

पैशांची चिंता मनाला थकवते. आपत्कालीन निधी ही चिंता कमी करतो.

- झोप शांत लागते.

- महत्त्वाचे निर्णय चटकन, ठामपणे घेता येतात.
- आत्मविश्वास वाढतो.

ही शांतता कोणत्याही परताव्यापेक्षा मौल्यवान आहे.

गैरसमज : मी अजून तरुण आहे!

आपत्कालीन प्रसंग वय पाहत नाही. तरुण असो वा वयस्क, तयारी नसली तर धक्का बसतोच. आपत्कालीन निधी म्हणजे आयुष्याचं **संरक्षण.** आयुष्यात वादळं येणारच पण हा निधी असेल, तर तुम्ही त्यातही स्थिर उभे राहू शकता. हीच खरी आर्थिक तयारी आहे.

केल्याने होत आहे, आधी केलेची पाहिजे! आजपासून हे कराच!

१. तुमचा मासिक अत्यावश्यक खर्च अचूक लिहा.
२. सहा महिन्यांचा अत्यावश्यक खर्च हा आपत्कालीन निधी म्हणून बाजूला ठेवा.
३. तुम्ही व्यावसायिक असाल तर ९ ते १२ महिन्यांचा खर्च बाजूला काढून ठेवा.
४. त्यासाठी वेगळे बँक खाते उघडा.
५. बोनस किंवा अतिरिक्त उत्पन्नातून हा निधी वाढवा.

भाग १०

गुंतवणूक पर्याय, म्युच्युअल फंड्स आणि शेअर बाजार

प्रकरण १

भारतातील गुंतवणूक पर्याय

(एफडी, आरडी • पीपीएफ, ईपीएफ, एनपीएस • सोने : खरेखुरे आणि डिजिटल • म्युच्युअल फंड्स • शेअर बाजार)

"इतके पर्याय आहेत की कळतच नाही पैसे कुठे गुंतवायचे."

"हे सगळं फार क्लिष्ट वाटतं."

"चूक झाली तर?"

हा गोंधळ स्वाभाविक आहे. भारतात गुंतवणुकीचे पर्याय खूप आहेत. पण एक गोष्ट लक्षात ठेवा, **सर्व गुंतवणूक पर्याय सगळ्यांसाठी नसतात. योग्य पर्याय तोच, जो तुमच्या उद्दिष्टांशी आणि स्वभावाशी जुळतो.** आज आपण भारतातील प्रमुख गुंतवणूक पर्याय सोप्या, व्यवहार्य भाषेत समजून घेऊ या.

सुरक्षिततेची पहिली पायरी : एफडी आणि आरडी

- **एफडी (फिक्स्ड डिपॉझिट)**

  एफडी म्हणजे ठरावीक कालावधीसाठी ठरावीक व्याजदराने ठेवलेला पैसा.

  फायदे

  - सुरक्षितता,
  - निश्चित परतावा,
  - मनाची शांतता,

मर्यादा

- परतावा मर्यादित असतो.
- महागाईपेक्षा अनेकदा कमी मिळतो.

एफडी ही गुंतवणुकीची सुरुवात आहे, अंतिम टप्पा नाही.

- **आरडी (रिकरिंग डिपॉझिट)**

आरडी म्हणजे दर महिन्याला ठरावीक रक्कम एफडीसारखीच ठेवणे.

कोणासाठी योग्य?

- पगारदार,
- नियमित बचतीची सवय लावण्यासाठी,

आरडीमुळे शिस्त लागते, पण दीर्घकालीन संपत्तीसाठी ती एकटी पुरेशी नसते.

दीर्घकालीन शिस्तबद्ध पर्याय : पीपीएफ, ईपीएफ आणि एनपीएस

पीपीएफ (पब्लिक प्रॉव्हिडंट फंड)

पीपीएफ म्हणजे एक सरकारी दीर्घकालीन बचत योजना.

वैशिष्ट्यं

- सुरक्षित,
- करसवलत,
- दीर्घकालीन दृष्टिकोन,

मर्यादा

- लॉक इन,
- परतावा मर्यादित,

पीपीएफ हा संयमी लोकांसाठीचा भक्कम आधार आहे.

ईपीएफ (एम्प्लॉइज प्रॉव्हिडंट फंड)

ईपीएफ म्हणजे पगारदारांसाठी आपोआप होणारी बचत.

फायदे

- शिस्तबद्ध,
- नियोक्त्याचं योगदान,
- सुरक्षितता,

ईपीएफ ही निवृत्तीची पायाभरणी आहे पण तिच्यावरच संपूर्ण भविष्य अवलंबून ठेवू नका.

एनपीएस (नॅशनल पेन्शन सिस्टिम)

एनपीएस म्हणजे निवृत्तीसाठीची दीर्घकालीन गुंतवणूक.

फायदे

- कमी खर्च,
- निवृत्तीसाठी फोकस,
- कर सवलत,

मर्यादा

- पैसे काढण्यावर मर्यादा,
- लवचीकता कमी,

एनपीएस हा निवृत्तीसाठीचा एक पूरक पर्याय आहे.

सोने : खरेखुरे सोने आणि डिजिटल सोने

भारतीय कुटुंबात सोन्याला विशेष स्थान आहे. पण सोनं खरंखुरं आहे की डिजिटल, यामुळे काही फरक पडतो.

खरेखुरे सोने दागिना, नाणं, बिस्किट आणि वळे या स्वरूपात असते. हे घेताना, बाळगताना आणि विकताना करणावळ, सुरक्षितता, योग्य दर न मिळणे आणि घट अशा काही अडचणी येतात. दागिने करणे हे ठीक आहे, सोपेही आहे पण गुंतवणूक म्हणून याला भरपूर मर्यादा आहेत. एका ठरावीक वजनापेक्षा जास्त सोने तुम्ही घेऊ शकत नाही कारण त्यात सुरक्षेचा मुद्दा प्रकर्षाने येतो. तुम्ही दोनतीन कोटी रुपयांचे दागिने घरात ठेवून शांतपणे झोपू शकत नाही. त्यावर बँकलॉकर हा एक उपाय आहे. पण मग त्यामध्ये दर वेळी काढून आणणे, नेऊन ठेवणे यात वेळ जातो. शिवाय अशा फेऱ्या नेहमी मारायचा कंटाळा येतो. त्यामुळे ही गोष्ट टाळली जाते आणि ते दागिने घातले जात नाहीत आणि ते घेण्यामागचा मूळ हेतूच नष्ट होतो. शिवाय तुम्ही ते विकायला जाता त्या ऐनवेळी, ते अपेक्षित बाजारभावाला विकले जात नाही, हा बऱ्याच लोकांचा अनुभव आहे. अशा वेळी तुमच्याकडे शेकडो ग्राहक नसतात. सोन्याचे व्यापारी म्हणजेच ज्वेलर्स हे तुमचे ग्राहक असतात, ते अशा वेळेचा चातुर्याने उपयोग करून स्वतःचा फायदा करून घेतात!

डिजिटल सोने

- कागदावरचं सोनं,
- साठवण आणि विक्री सोपी,

फायदे

- शुद्धता,
- सुरक्षितता,
- लिक्विडिटी,

  गुंतवणुकीसाठी डिजिटल गोल्ड हा पर्याय खऱ्याखुऱ्या सोन्यापेक्षा जास्त व्यवहार्य ठरतो.

दीर्घकालीन वाढीचं साधन : म्युच्युअल फंड्स

म्युच्युअल फंड्स म्हणजे तज्ज्ञांकडून पैसा गुंतवण्याची व्यवस्था.

- **इक्विटी फंड्स**
  - शेअरबाजाराशी जोडलेले,
  - चढउतार जास्त,
  - दीर्घकालीन वाढीची क्षमता,

  कोणासाठी?
  - दीर्घकालीन ध्येय असलेले लोक
  - संयम असलेले गुंतवणूकदार
- **डेट फंड्स**
  - तुलनेने सुरक्षित,
  - परतावा स्थिर,
  - जोखीम कमी,

  कोणासाठी?
  - मध्यमकालीन गरजा असलेले लोक,
  - स्थैर्य हवे असलेले लोक,
- **हायब्रीड फंड्स**
  - इक्विटी + डेट मिश्रण,
  - संतुलन साधतात,

कोणासाठी?

- मध्यम जोखीम स्वीकारणारे लोक,
- सुरुवात करणारे लोक,

म्युच्युअल फंड्समध्ये सगळ्यात महत्त्वाचं : वेळ आणि सातत्य.

शेअरबाजार : थेट सहभाग, थेट जबाबदारी!

शेअरबाजार लोकांना घाबरवतोही आणि आकर्षितही करतो.

- **सत्य काय आहे?**

  इथे पैसे कमावण्याची मोठी संधी असते पण जोखीमसुद्धा मोठीच असते. म्हणूनच तो सगळ्यांसाठी नाही.

- **कोणासाठी योग्य?**

  - त्याचा अभ्यास करणाऱ्यांसाठी,
  - भावनांवर नियंत्रण असणाऱ्यांसाठी,
  - दीर्घकालीन दृष्टिकोन असणाऱ्यांसाठी,

  'कोणाचे तरी ऐकून केलेली' गुंतवणूक इथे फार महाग पडते.

- **कोणता पर्याय निवडायचा?**

  याचं उत्तर एकच,

  ध्येय + कालावधी + स्वभाव = योग्य गुंतवणूक पर्याय

  - शॉर्ट टर्म → सुरक्षित पर्याय
  - मीडियम टर्म → संतुलित पर्याय
  - लाँग टर्म → वाढीचे पर्याय

  महत्त्वाचे : सगळे पैसे एकाच ठिकाणी गुंतवू नका.

गुंतवणूक म्हणजे स्पर्धा नाही

इतरांनी कुठे गुंतवले, यावरून निर्णय घेऊ नका. तुमचं उत्पन्न, जबाबदाऱ्या आणि सहनशक्ती वेगळी असते. या तिन्हीचा हिशोब करून तुमचं नियोजन करायला हवं.

सर्वांत मोठी चूक कोणती?

सगळे पैसे सुरक्षित ठेवणं किंवा सगळे पैसे जोखमीवर टाकणं, हे दोन्ही चुकीचं. संतुलन हाच खरा मंत्र आहे.

गुंतवणूक आणि मनाची शांतता

योग्य गुंतवणूक रात्री शांत झोप देते आणि आत्मविश्वास देते. जर गुंतवणुकीमुळे ताण येत असेल, तर ती चुकीच्या ठिकाणी आहे. भारतामध्ये गुंतवणुकीचे पर्याय कमी नाहीत. पण ज्यांच्याकडे आर्थिक ज्ञान असतं, तेच लोक योग्य पर्याय निवडतात. पैसा कुठे गुंतवायचा, यापेक्षा तो का आणि किती काळासाठी गुंतवायचा, हे जास्त महत्त्वाचं आहे. यामुळेच श्रीमंतीकडे जाणारा खरा मार्ग तयार होतो.

केल्याने होत आहे, आधी केलेची पाहिजे! आजपासून हे कराच!

१. गुंतवणुकीसाठी तुमचं ध्येय आणि कालावधी ठरवा.

२. प्रत्येक ध्येयासाठी योग्य पर्याय निवडा.

३. सगळे पैसे एका ठिकाणी ठेवू नका.
तसे ठेवले असतील तर ते ताबडतोब वेगवेगळ्या ठिकाणी ठेवा.

प्रकरण २

म्युच्युअल फंड फायदेशीर आहे का?

"म्युच्युअल फंडमध्ये पैसा घातला आणि बाजार पडला तर?"

"हे सगळं फार रिस्की वाटत नाही का?"

"एफडीपेक्षा जास्त व्याज मिळतं का खरंच?"

हे प्रश्न विचारणं अगदी स्वाभाविक आहे. कारण लोकांना म्युच्युअल फंडबद्दल अर्धवट माहिती आणि तुटपुंजे ज्ञान असते. पण एक गोष्ट सुरुवातीलाच स्पष्ट करू या. **म्युच्युअल फंड फायदेशीर आहे की नाही, हे तो कसा आणि किती काळासाठी वापरला जातो यावर अवलंबून असतं.** त्याहीपेक्षा महत्त्वाचे असते, ते म्हणजे हा फंड विकण्याची घाई किंवा डेडलाइन. ती ज्याला असेल, त्याला अपेक्षित परतावा मिळेलच अशातला भाग नाही. त्या वेळी जर का बाजार खाली असेल, तर नुकसान होऊ शकते. त्यामुळे ही गुंतवणूक त्या पद्धतीचा विचार करून मग करावी. त्यासाठी तुमच्या सल्लागाराचा सल्ला घ्या. तो तुमच्या गुंतवणुकीचा कालावधी बघून, इक्विटी आणि डेट फंड यातील कोणता फंड घ्यावा, हे सांगू शकेल.

म्युच्युअल फंड म्हणजे नेमकं काय?

सोप्या भाषेत सांगायचं तर, म्युच्युअल फंड म्हणजे अनेक लोकांचा पैसा एकत्र करून, तज्ज्ञ लोक तो वेगवेगळ्या ठिकाणी (शेअर, बाँड, इ.) गुंतवतात. त्यामुळे तुम्हाला स्वतःला काही करावं लागत नाही. अभ्यास, निवड, व्यवस्थापन हे सगळं तज्ज्ञ करतात.

म्युच्युअल फंड = स्वतःची गुंतवणूक + तज्ज्ञांचा अनुभव

एक गैरसमज : म्युच्युअल फंड म्हणजे शेअरबाजार

हा सगळ्यात मोठा गैरसमज आहे. काही म्युच्युअल फंड्स शेअरबाजाराशी जोडलेले असतात, पण सगळे म्युच्युअल फंड्स तसे नसतात. उदा : डेट फंड, ईटीएफ, इंडेक्स फंड.

- काही सुरक्षिततेकडे झुकलेले,
- काही वाढीवर लक्ष देणारे,
- काही संतुलित,

म्हणजे प्रत्येक ठिकाणी जोखीम वेगवेगळी असते. म्युच्युअल फंड हा एक असा पर्याय आहे, त्यात वेगवेगळ्या प्रकारची गुंतवणूक करता येते.

म्युच्युअल फंड फायदेशीर का ठरू शकतो?

१. महागाईवर मात करण्याची क्षमता

बचत आणि एफडी महागाईच्या पुढे टिकत नाहीत. म्युच्युअल फंडमध्ये मात्र (विशेषतः दीर्घकालीन) महागाईपेक्षा जास्त परतावा देण्याची क्षमता असते.

२. वेळ तुमच्या कामाला येतो

म्युच्युअल फंडमध्ये वेळ हा सगळ्यात मोठा मित्र आहे. तुमची गुंतवणूक इथे दीर्घकाळ असल्यामुळे, शेअरबाजारात चढ-उतार आले तरी हानी होत नाही.

३. लहान रकमेपासून सुरुवात शक्य

'माझ्याकडे जास्त पैसे नाहीत,' हा अडथळा इथे नसतो. थोड्या थोड्या रकमेने, पण सातत्याने यामध्ये गुंतवणूक करता येते. ही म्युच्युअल फंडची मोठी ताकद आहे.

४. शिस्त आपोआप लागते

एकदा गुंतवणूक नियमित झाली की खर्चावर आपोआप नियंत्रण येतं, भविष्याचा विचार सुरू होतो. ही शिस्त इतर ठिकाणी सहज लागत नाही.

लोकांना म्युच्युअल फंडमध्ये तोटा का होतो?

हा प्रश्न फार महत्त्वाचा आहे. म्युच्युअल फंडमुळे नाही, तर चुकीच्या वागणुकीमुळे तोटा होतो.

सामान्य चुका :

- कोणाचेही ऐकून कुठेही गुंतवणूक करणं.
- लगेच परतावा अपेक्षित ठेवणं.
- शेअरबाजार पडला की घाबरून मधेच पैसे काढणं. म्युच्युअल फंड संयमाची परीक्षा घेतो. इथे जो टिकतो, तो जिंकतो.

म्युच्युअल फंड कोणासाठी फायदेशीर आहे?

दीर्घकालीन गुंतवणूक करणारे, सातत्य बाळगणारे, रोज शेअरबाजार न बघू शकणारे ; यांना म्युच्युअल फंड फायदेशीर ठरतो. जर तुम्हाला लगेच नफा हवा असेल, तर म्युच्युअल फंड तुमच्यासाठी नाही.

बाजार पडला तर काय?

शेअरबाजार पडतो, हे सत्य आहे. पण तो कायम पडलेला राहत नाही, हेही सत्य आहे. दीर्घकाळात बाजार नेहमी सावरतोच. बाजार पडला, तर नवीन गुंतवणूक स्वस्तात होते. भीतीने निर्णय घेतले, तर नुकसान निश्चित होतं.

म्युच्युअल फंड आणि एफडी यांची तुलना

एफडी	**म्युच्युअल फंड**
सुरक्षित	चढ-उतार
निश्चित परतावा	अनिश्चित परतावा
पण वाढ मर्यादित	पण दीर्घकालीन वाढीची शक्यता

हे मुद्दे लक्षात घेऊन, पैसे कुठे गुंतवायचे याचा निर्णय घ्या.

सगळे पैसे म्युच्युअल फंडमध्ये गुंतवायचे का?

नाही. म्युच्युअल फंड एक महत्त्वाचा उपाय आहे. एकमेव उपाय नाही.

तुमच्या पैशाचे काही भाग करावे लागतात.

- आपत्कालीन निधी : संकटासाठी
- अल्पकालीन निधी : थोड्या वेळेच्या सोयीसाठी

- दीर्घकालीन गुंतवणूक : भविष्यासाठी

हा समतोल ठेवल्यास तुम्ही आर्थिकदृष्ट्या निश्चिंत राहता.

योग्य म्युच्युअल फंड कसा निवडायचा?

तुमचं ध्येय, रक्कम गुंतवण्याचा कालावधी आणि तुमची जोखीमक्षमता यांवरून योग्य म्युच्युअल फंड निवडा. इतर लोक काय करतात, यावरून निर्णय घेऊ नका.

म्युच्युअल फंड आणि मानसिक शांतता

योग्य पद्धतीने म्युच्युअल फंडमध्ये गुंतवणूक केली तर रात्री झोप उडत नाही, रोज स्क्रीन पाहायला लागत नाही आणि त्यामुळे तुमच्यावर ताण येत नाही. ताण देणारी गुंतवणूक कधीच चांगली नसते.

"मी उशिरा सुरुवात केली," असं वाटत असेल तर?

उशीर झाला असला, तरी हरकत नाही. म्युच्युअल फंडमध्ये सुरुवात कधी केली यापेक्षा सातत्य ठेवणे हे जास्त महत्त्वाचं आहे. म्युच्युअल फंड म्हणजे जुगार नाही. तो आहे, शिस्त, संयम आणि वेळ या तीन गोष्टींवर आधारित संपत्ती निर्माण करण्याचं साधन. योग्य पद्धतीने वापरला, तर म्युच्युअल फंड नक्कीच फायदेशीर ठरतो.

केल्याने होत आहे, आधी केलेची पाहिजे! आजपासून हे कराच!

आर्थिक सल्लागाराबरोबर म्युच्युअल फंडविषयी चर्चा करा. या चर्चेमुळे तुम्हाला ज्ञान मिळेल, तुमच्या मनातील शंका व भीती जाईल. यानंतर म्युच्युअल फंड खरेदी करा. ही गुंतवणूक दीर्घकालीन असू द्या.

प्रकरण ३

एसआयपीमध्ये गुंतवणूक करावी का?

"दर महिना थोडेथोडे पैसे घालून काय फरक पडणार?"

"बाजारात चढ-उतार असताना एसआयपी सुरू करणं योग्य आहे का?"

"एकरकमी गुंतवणूक चांगली की एसआयपी?"

हे प्रश्न जवळजवळ प्रत्येक गुंतवणूकदाराच्या मनात येतात आणि विशेषतः पगारदार, मध्यमवर्गीय लोकांसाठी एसआयपीबद्दल संभ्रम जास्त असतो. पण एक गोष्ट अगदी स्पष्ट सांगतो, एसआयपी ही फक्त गुंतवणुकीची योजना नाही, ती एक सवय आहे आणि सवयी आयुष्य बदलतात.

एसआयपी म्हणजे नेमकं काय?

एसआयपी म्हणजे सिस्टिमॅटिक इन्वेस्टमेंट प्लॅन. सोप्या शब्दांत, दर महिन्याला ठरावीक तारखेला, ठरावीक रक्कम म्युच्युअल फंडमध्ये गुंतवणे म्हणजे एसआयपी. महत्त्वाचे म्हणजे इथे शेअरबाजार कसा आहे, याचा अंदाज बांधायची गरज नाही आणि खरेदी-विक्रीसाठी योग्य वेळ शोधण्याचीही गरज नाही. तुमचे पैसे दीर्घकाळासाठी एसआयपीमध्ये गुंतवलेले असणे पुरेसे आहे.

एसआयपी कोणासाठी उपयुक्त आहे?

- पगारदार लोकांसाठी,
- नियमित उत्पन्न असणाऱ्यांसाठी,

- दीर्घकालीन ध्येय असणाऱ्यांसाठी,
- ज्यांना रोज बाजार पाहायचा नाहीये, अशांसाठी,

एसआयपी उपयुक्त आहे. जर तुमचं उत्पन्न दर महिन्याला नियमित येत असेल, तर एसआयपी ही योग्य निवड आहे.

एसआयपीची खरी ताकद : लहान रक्कम

अनेक लोक म्हणतात, "महिन्याला दोनतीन हजारांनी काय होणार?"

पण एसआयपीमध्ये रक्कम लहान असली तरी कालावधी मोठा असतो. गुंतवणुकीमध्ये सातत्य असलं आणि संयम बाळगला तर मोठा फरक पडतो. आज लहान वाटणारी एसआयपी १०–१५ वर्षांनी खूप मोठी वाटते.

एसआयपी आणि बाजारातील चढउतार

बाजार कधी वर, कधी खाली जातो. हे कायमच चालू असतं. एसआयपीचा मोठा फायदा म्हणजे बाजार खाली असताना जास्त युनिट्स मिळतात आणि वर असताना कमी युनिट्स मिळतात. यामुळे खरेदीचा सरासरी दर आपोआप संतुलित होतो. हा फायदा एकरकमी गुंतवणुकीत मिळत नाही.

शेअरबाजार पडला तर एसआयपी बंद करावी का?

हा नेहमीचा आणि सर्वांत चुकीचा प्रश्न आहे. बाजार पडतो तेव्हा एसआयपी बंद करणं म्हणजे स्वस्तात खरेदी थांबवणं. जे लोक बाजार पडताना एसआयपी सुरू ठेवतात, ते सर्वांत जास्त दीर्घकालीन फायदा घेतात. एसआयपी बंद करण्याची योग्य वेळ बहुतेक वेळा नसतेच.

एसआयपी आणि शिस्त

एसआयपीची खरी ताकद : ती शिस्त शिकवते. एसआयपीमध्ये पैसे गुंतवताना ते कधीही गुंतवून चालत नाहीत. तुम्हाला दर महिन्याची, तुमच्या सोयीची एक तारीख व रक्कम ठरवावी लागते. दर महिन्याच्या त्याच तारखेला, तीच रक्कम तुम्हाला एसआयपीमध्ये भरावी लागते. ती तारीख व ती रक्कम चुकवून चालत नाही. या व्यवस्थेमुळे तुमच्या आयुष्यात आपोआप शिस्त येते. एसआयपीमुळे

आर्थिक फायदा होतो, तो वेगळाच! ही सवय लागली, की खर्चावर नियंत्रण येतं आणि भविष्याचा विचार सुरू होतो. ही शिस्त कोणताही उपदेश न करता, कोणतेही कष्ट न करता आपोआप लागते.

एसआयपी आणि भावनिक निर्णय

कोणत्याही गुंतवणुकीत लालसा, भीती आणि घाई अशा भावना या तुमचा सर्वांत मोठा शत्रू असतात. एसआयपी या तुमच्या भावना सर्वस्वी बाजूला ठेवते. कारण आपण निर्णय आधीच घेतलेला असतो, दर महिन्याला नव्याने घ्यायचा नसतो.

एसआयपी एकरकमी गुंतवणुकीपेक्षा चांगली असते का?

एकरकमी गुंतवणूक चुकीची आहे, असं नव्हे पण तिची योग्य वेळ ठरवणं अवघड असतं आणि चुकीच्या वेळी गुतवणूक झाली तर ताण येतो. एसआयपीमध्ये योग्यायोग्य वेळेची चिंता नसते, ताण कमी असतो आणि सातत्य असते. म्हणूनच बहुतेक लोकांसाठी एसआयपी जास्त व्यवहार्य ठरते.

एसआयपी कोणत्या ध्येयांसाठी योग्य आहे?

निवृत्ती नियोजन, मुलांचं शिक्षण, दीर्घकालीन संपत्तीनिर्मिती आणि आर्थिक स्वातंत्र्य यांसाठी एसआयपी योग्य आहे, लघुकालीन गरजांसाठी एसआयपी योग्य नाही, कारण त्यात चढ-उतार असतात.

मी एसआयपी कधी सुरू करू?

उत्तर खूप सोपं आहे, आजच करा. उद्याची, बाजार स्थिर होण्याची आणि पगारवाढीची वाट पाहू नका. आज सुरू केलेली एसआयपी उद्याच्या सुरक्षिततेची बीजं पेरते.

एसआयपी वाढवायची कधी?

पगार वाढला, बोनस मिळाला, खर्च कमी झाला की तुम्ही एसआयपी वाढवू शकता. एसआयपी वाढवणं फार महत्त्वाचं आहे. रक्कम स्थिर ठेवली तरी चालेल. पण उत्पन्न वाढूनही एसआयपी वाढवली नाही, तर संधी वाया जाते.

एसआयपी आणि संयम

एसआयपी लगेच चमत्कार दाखवत नाही. पहिली काही वर्षे फरक कमी जाणवतो. पण ५-७ वर्षांनंतर चित्र बदलायला लागतं. एसआयपी संयमी लोकांसाठी खरं सोने ठरते.

"मी उशिरा सुरू करतोय," असं वाटत असेल तर?

उशीर झाला तरी आजची सुरुवात उद्याचा परिणाम बदलू शकते. स्वतःला दोष देऊ नका, पण सुरुवात नक्की करा.

एसआयपी आणि मनाची शांतता

योग्य एसआयपी रोज बाजार पाहायला लावत नाही, झोप उडवत नाही, हळूहळू आत्मविश्वास देते. मानसिक शांतता देते. ही शांतता कोणत्याही जलद नफ्यापेक्षा मौल्यवान आहे. एसआयपी म्हणजे 'थोडं थोडं पण नियमित'. ही सवय लागली, की पैसा तुमच्यासाठी काम करायला लागतो आणि तुम्ही भविष्यासाठी निश्चिंत होता. म्हणून एसआयपीमध्ये गुंतवणूक नक्कीच करावी.

केल्याने होत आहे, आधी केलेची पाहिजे! आजपासून हे कराच!

१. आर्थिक सल्लागाराबरोबर एसआयपीविषयी चर्चा करा.
२. दीर्घकालीन ध्येय ठेवून एसआयपीमध्ये गुंतवणूक सुरू करा.

प्रकरण ४

शेअरबाजार पडताना एसआयपी बंद करावी का?

"शेअरबाजार खूप पडतोय, एसआयपी थांबवू या का?"

"आत्ताच पैसे जात आहेत, काहीच फायदा दिसत नाही."

"थोडं स्थिर झालं की पुन्हा सुरू करू."

अशी वाक्यं नेहमी ऐकू येतात. याचे कारण म्हणजे भीती! एसआयपी बंद करण्याचा विचार हा भीतीमुळे केला जातो आणि गुंतवणुकीत भीतीने घेतलेले निर्णय बहुतेक वेळा चुकीचे ठरतात.

आधी एक मूलभूत सत्य समजून घेऊ या.

बाजार पडतो, हे काही नवीन नाही. तो आधीही पडला आहे, आत्ताही पडतो आहे, पुढेही पडणार आहे पण इतिहासात एक गोष्ट सातत्याने घडली आहे, बाजार प्रत्येक मोठ्या पडझडीनंतर पुन्हा उभा राहिला आहे. हा इतिहास दुर्लक्षित करून निर्णय घेतले, तर नुकसान होतं.

एसआयपी सुरू करताना आपण काय मान्य केलेलं असतं?

एसआयपी सुरू करताना आपण नकळत हे मान्य केलेलं असतं, बाजार चढेल किंवा पडेल पण मी दीर्घकालीन गुंतवणूक करतोय. म्हणजे एसआयपी ही 'सगळं सुरळीत असताना' चालणारी योजना नाही. ती खास करून चढ-उतारासाठीच तयार केलेली आहे.

बाजार पडतो तेव्हा एसआयपीमध्ये नक्की काय होतं?

हे समजून घेतलं, तर भीती कमी होते. शेअरबाजार पडतो, तेव्हा तुमच्या एसआयपीमधून त्याच पैशात जास्त युनिट्स खरेदी होतात. म्हणजे आज जे स्वस्त आहे, ते तुम्ही जास्त प्रमाणात विकत घेत असता. **ही संधी आहे, तोटा नाही.**

मग लोक एसआयपी का बंद करतात? कारण,

स्टेटमेंटमध्ये तोटा दिसतो. त्यामुळे 'तोटा होतोय' असं वाटतं. पण इथे एक महत्त्वाची गोष्ट आहे, एसआयपीमध्ये तोटा 'कागदावर' असतो. तुम्ही पैसे काढत नाही, तोपर्यंत तो प्रत्यक्षात होत नसतो. अशावेळी एसआयपी बंद करणं म्हणजे स्वस्तात खरेदी थांबवणं, दीर्घकालीन योजनेला मध्येच तोडणं आणि सर्वांत महत्त्वाचं स्वतःच्या शिस्तीवर पाणी सोडणं.

> **एक साधं उदाहरण समजून घ्या**
>
> समजा, तुम्ही दरमहा एसआयपी करत आहात. शेअरबाजार वर असताना कमी युनिट्स मिळतात. शेअरबाजार खाली असताना जास्त युनिट्स मिळतात. जर बाजार पडताना एसआयपी बंद केली, तर तुम्ही जास्त युनिट्स मिळवण्याची संधीच गमावलेली असते आणि बाजार वर आल्यावर पुन्हा सुरू केली, तर महागात खरेदी करावी लागते. हा सर्वांत मोठा तोटा असतो.

एक जुना भ्रम : बाजार थोडा स्थिर झाला की सुरू करू!

हा विचार खूप धोकादायक आहे. कारण शेअरबाजार स्थिर झालाय, हे नेहमी मागे वळून पाहिल्यावरच कळतं. योग्य वेळ ओळखणं ९०% लोकांना जमत नाही. एसआयपीचे वैशिष्ट्य हे आहे, की इथे वेळ ओळखण्याची गरजच नसते.

एसआयपी बंद करण्याची योग्य वेळ कधी असू शकते?

बाजार पडतोय ही कधीच नाही. एसआयपी बंद करण्याची काही योग्य कारणं असू शकतात,

- तुमचं आर्थिक उद्दिष्ट बदललं.
- उत्पन्नात मोठी अडचण आली.

- तात्पुरती पैशांची गरज निर्माण झाली.

पण बाजाराची भीती हे कारण नसावं.

एसआयपी आणि भावनिक शिस्त

एसआयपी ही फक्त आर्थिक योजना नाही, ती एक भावनिक प्रशिक्षण आहे. ती संयम, सातत्य आणि स्वतःवर विश्वास ठेवायला शिकवते. जो एसआयपी चालू ठेवतो, तो फक्त पैसा नाही तर स्वभावही घडवत असतो.

शेअरबाजार पडताना कोणाला फायदा होतो?

- जे घाबरत नाहीत.
- जे सातत्य ठेवतात.
- जे दीर्घकालीन विचार करतात.

इतिहास पाहिला तर सगळ्या मोठ्या संपत्ती याच लोकांनी तयार केल्या आहेत.

'माझी एसआयपी खूप मोठी वाटते,' असं वाटत असेल तर?

अशी भीती वाटत असेल, तर रक्कम कमी करा पण पूर्ण थांबवू नका. सवय तुटली, की पुन्हा सुरू करणं अवघड होतं.

एसआयपी आणि बातम्या

शेअरबाजार पडताना,

- न्यूज चॅनेल,
- सोशल मीडिया,
- मित्रांचे सल्ले,

हे सगळे भीती वाढवतात. लक्षात ठेवा हे लोक तुमचे ध्येय पूर्ण करणार नसतात. तुमची एसआयपी तुमच्या ध्येयासाठी आहे, बातम्यांसाठी नाही.

दीर्घकालीन चित्र डोळ्यांसमोर ठेवा

तुमची एसआयपी, पुढच्या महिन्यासाठी नाही, पुढच्या वर्षासाठीही नाही, ती १०–१५ वर्षांसाठी आहे. आजचा चढ-उतार त्या तुलनेत फारच नगण्य आहे.

आणखी एक भ्रम : माझं नुकसान झालंय!

तुम्ही घाबरून पैसे काढले तरच नुकसान होतं. एसआयपी चालू असेल, तर तोटा (कागदावरच) तात्पुरता असतो, पण संधी कायमची असते. शेअरबाजार पडतो, हे वास्तव आहे. पण **एसआयपी बंद करणं हे स्वतःच्या भविष्यात अडथळा आणणं आहे.** म्हणून शेअरबाजार पडताना एसआयपी बंद करू नका. तीच वेळ असते, शहाणपण दाखवण्याची.

केल्याने होत आहे, आधी केलेची पाहिजे! आजपासून हे कराच!

१. शेअरबाजार पडत असताना तुमच्या गुंतवणुकीचे स्टेटमेंट सतत बघू नका.
२. एसआयपीचा उद्देश आठवा.
३. भीती वाटली तर एसआयपी बंद न करता एसआयपीची रक्कम कमी करा.

प्रकरण ५

शेअरबाजार : वस्तुस्थिती आणि गैरसमज

"शेअरबाजार म्हणजे जुगार आहे."

"इथे फक्त मोठे लोकच पैसे कमावतात."

"माझा एक मित्र तिथे गेला आणि सगळं गमावून आला."

या वाक्यांमुळे अनेक लोक शेअरबाजारापासून लांब राहतात. काही जण मात्र याच वाक्यांच्या विरुद्ध टोकाला जातात, अतिआत्मविश्वासाने. पण खरं चित्र या दोन्ही टोकांच्या मधोमध आहे.

शेअरबाजार ना देव आहे, ना राक्षस. तो एक साधन आहे, ज्ञान असेल तर उपयोगी, अज्ञान असेल तर धोकादायक.

शेअरबाजार म्हणजे नेमकं काय?

शेअरबाजार म्हणजे मोठमोठ्या कंपन्यांच्या मालकीत छोटासा हिस्सा खरेदी-विक्री करण्याचं ठिकाण. तुम्ही एखादा शेअर घेत आहात म्हणजे तुम्ही एखाद्या कंपनीवर विश्वास दाखवत आहात आणि त्या कंपनीच्या वाढीचे भागीदार आहात. हा जुगार नाही, हा व्यवसायातील सहभाग आहे.

- **गैरसमज १ : शेअरबाजार म्हणजे जुगार!**

  हा सगळ्यात मोठा गैरसमज आहे. जुगार नशिबावर चालतो, त्याला काहीही नियम नसतात. शेअरबाजार अभ्यासावर चालतो, त्यासाठी अभ्यास,

माहिती, वेळ, संयम लागतो. जो अभ्यास न करता, ऐकीव माहितीवर गुंतवणूक करतो, त्याच्यासाठी शेअरबाजार जुगार ठरतो.

- **गैरसमज २: इथे फक्त श्रीमंतच पैसे कमावतात!**
  सत्य वेगळं आहे. शेअरबाजारात पैसा नव्हे, तर दृष्टिकोन श्रीमंत बनवतो. गुंतवणूक, दीर्घकालीन विचार आणि सातत्य या गोष्टी असतील, तर हळूहळू संपत्ती निर्माण होते.
- **गैरसमज ३: इथे लगेच नफा मिळतो !**
  शेअरबाजार 'जलद नफा' देण्यासाठी नाही. तो जास्त नफा देण्यासाठी आहे. लगेच नफा शोधणारे बहुतेक वेळा लवकर बाहेर पडतात.
- **गैरसमज ४ : बाजार पडला म्हणजे सगळं संपलं.**
  शेअरबाजार पडतो, हे सत्य आहे. पण तो पडतच राहतो, हे सत्य नाही. इतिहास पाहिला, तर प्रत्येक पडझडीनंतर बाजार उभा राहिला आहे. पडझड म्हणजे समाप्ती नाही, ती परीक्षा असते.

- **सत्य १: शेअरबाजारात जोखीम आहे.**
  हो, आहे. पण आर्थिकबाबतीत जोखीम सगळीकडेच असते. मुद्दा आहे, जोखीम समजून घेणं आणि ती पचवणं.
- **सत्य २: वेळ हा सर्वांत मोठा मित्र आहे**
  तुम्ही एखादा चांगला शेअर जितका जास्त वेळ घेऊन ठेवलेला असेल, तितकी जोखीम कमी असते. तो शेअर तुमच्याकडे दीर्घकाळ असेल, तर कितीही चढ-उतार आले तरी तुम्हाला अडचण येणार नाही. तुम्हाला अपेक्षित भाव मिळाल्यानंतर तुम्ही तो शेअर विकू शकता.
- **सत्य ३: भावनांवर नियंत्रण आवश्यक आहे**
  भीती, लालसा आणि घाई या भावना शेअरबाजारात फार महाग पडतात. शांत, शिस्तबद्ध निर्णय यश देतात.

'मित्र सांगतो म्हणून' केलेली गुंतवणूक धोकादायक

कारण मित्राचं उद्दिष्ट आणि जोखीमक्षमता वेगळी असते. तो तुमचं नुकसान भरून देत नाही.

अर्धवट काहीतरी ऐकून घेतलेले निर्णय बहुतेक वेळा नुकसान करतात. शिवाय आपण कोणाचे कोणत्या क्षेत्रात ऐकावे, हेही आपल्याला कळले पाहिजे. उत्तम जिलेबी कशी तयार करावी, हे शेअरब्रोकरला विचारण्यात काहीही अर्थ नसतो आणि कोणता शेअर कधी घ्यावा हे शास्त्रज्ञाला विचारण्यात अर्थ नसतो!

शेअरबाजार कोणासाठी योग्य आहे?

ज्यांची शिकायची तयारी आहे, ज्यांना दीर्घकालीन विचार करता येतो, ज्यांना चढ-उतार पचवता येतात, त्यांच्यासाठी शेअर बाजार योग्य आहे आणि ज्यांना लगेच पैसे हवेत, ज्यांना सतत बाजारभाव पाहायची सवय आहे, ज्यांना ताण सहन होत नाही, त्यांच्यासाठी तो योग्य नाही.

शेअरबाजार आणि म्युच्युअल फंड यात फरक

शेअर बाजार	म्युच्युअल फंड
थेट जबाबदारी	तज्ज्ञ व्यवस्थापन
अभ्यास आवश्यक	कमी वेळ
वेळ द्यावा लागतो	शिस्तबद्ध पद्धत

शेअर्स आणि म्युच्युअल फंड हे दोन्ही पर्याय गुंतवणुकीसाठी योग्य आहेत पण गुंतवणूकदारांनी आपली स्वतःची गरज, स्वभाव आणि क्षमता या बघून यातला एक किंवा दोन्ही पर्याय निवडावे.

एक मोठा धोका : सगळं उत्पन्न शेअरबाजारात गुंतवणे!

शेअरबाजारात सगळे पैसे गुंतवू नयेत. आपत्कालीन निधी आणि अल्पकालीन गरजा यांसाठी काही पैसा बाजूला ठेवावा. शेअरबाजार हा दीर्घकालीन गुंतवणुकीसाठी योग्य पर्याय आहे.

शेअरबाजार आणि मानसिक शांतता

शेअरबाजारात योग्य प्रमाणात, समजून उमजून केलेली गुंतवणूक तुम्हाला मानसिक शांतता देऊ शकतो. अतिगुंतवणूक, अतिअपेक्षा ताण वाढवतात.

एक सार्वत्रिक भावना : मी उशिरा सुरू करतोय.

शेअर बाजारात 'उशीर–लवकर' असा प्रकार नसतो. योग्य पद्धतीने सुरुवात केली, योग्य ठिकाणी पैसे गुंतवलेत तर तुम्ही इथे कधीही प्रवेश करू शकता. इथे वेळेचे बंधन नसते. नफा कायमच तुमची वाट बघत उभा असतो!

शेअरबाजार आणि श्रीमंती

श्रीमंती एका रात्रीत येत नाही. तुम्ही शेअरबाजारात टिकून राहिलात, तर तुम्ही हळूहळू श्रीमंत होता. शेअरबाजार तुमचं भविष्य ठरवत नाही. तुमच्या दृष्टिकोनामुळे शेअरबाजारात तुम्हाला नफा मिळतो. ज्ञान, संयम आणि शिस्त या तीन गोष्टी असतील, तर शेअरबाजार तुमचा शत्रू नाही, तर तो तुमचा सहकारी ठरतो.

केल्याने होत आहे, आधी केलेची पाहिजे! आजपासून हे कराच!

१. शेअरबाजाराबद्दल वेगवेगळ्या तज्ज्ञ लोकांशी चर्चा करून ज्ञान मिळवा.
२. अभ्यास झाल्यानंतरच शेअर्स खरेदी करा.
३. सर्व पैसे एकाच कंपनीमध्ये गुंतवू नका.
४. दीर्घकालीन दृष्टिकोन ठेवा.

प्रकरण ६

भारताची अर्थव्यवस्था का मजबूत आहे?

"भारताची अर्थव्यवस्था मजबूत आहे." हे वाक्य आपण बातम्यांमध्ये, चर्चांमध्ये, सोशल मीडियावर सतत ऐकतो. मग मनात एक शंका येते, "जर अर्थव्यवस्था मजबूत असेल, तर सामान्य माणसाला पैशाची चणचण का भासते?" हा प्रश्न योग्य आहे आणि याच प्रश्नातून या भागाची सुरुवात व्हायला हवी.

अर्थव्यवस्था मजबूत आहे म्हणजे नेमकं काय?

सुरुवातीला एक संकल्पना लक्षात घेऊ या. देशाची अर्थव्यवस्था मजबूत असणं आणि प्रत्येक व्यक्ती श्रीमंत असणं, या दोन वेगळ्या गोष्टी आहेत. देशाची अर्थव्यवस्था म्हणजे,

- उत्पादन
- रोजगार
- व्यापार
- गुंतवणूक
- कर संकलन
- चलन व्यवस्था
- आणि एकूण आर्थिक स्थैर्य

व्यक्तीची आर्थिक स्थिती म्हणजे,

- उत्पन्न
- खर्च
- कर्ज
- बचत
- गुंतवणूक
- आर्थिक शिस्त

एखादा देश मजबूत असू शकतो पण एखादी व्यक्ती कमजोर असू शकते. किंवा एखादा देश कमजोर असू शकतो पण एखादी व्यक्ती मजबूत असू शकते. एखादी व्यक्ती कमजोर कधी असते? जर ती आर्थिक साक्षर नसेल तर!

भारताची अर्थव्यवस्था मजबूत का मानली जाते?

भारताची अर्थव्यवस्था मजबूत असण्यामागे काही ठोस कारणं आहेत.

१. भारताची लोकसंख्या : आव्हानही आणि संधीही!

भारताची लोकसंख्या मोठी आहे. खूप लोकांना ही समस्या वाटते. पण अर्थव्यवस्थेच्या दृष्टीने, लोकसंख्या हीच मोठी ताकद आहे. लोकसंख्येमुळे

- मोठा ग्राहक वर्ग उपलब्ध असतो.
- काम करण्यासाठी मोठं मनुष्यबळ उपलब्ध असतं.
- वस्तू आणि सेवा यांना देशांतर्गत मागणी नेहमीच भरपूर असते.

जगात अनेक देश आहेत जिथे लोकसंख्या वृद्ध होत आहे. भारत मात्र अजूनही तरुण आहे. ही तरुण लोकसंख्या म्हणजेच पर्यायाने, उत्पादन, सेवा, नवकल्पना आणि वाढीची ताकद.

२. भारत फक्त ग्राहक नाही, उत्पादकही आहे

पूर्वी भारताला फक्त 'सेवाक्षेत्राचा देश' म्हणून ओळखलं जायचं.

आज,

- उत्पादन
- तंत्रज्ञान
- कृषी

- सेवा

या सगळ्याच क्षेत्रांत भारत सक्रिय आहे. आपण फक्त ग्राहक नाही, तर उत्पादकही आहोत. हीच गोष्ट अर्थव्यवस्थेला दीर्घकाळ मजबूत ठेवते.

३. भारतीयांची बचत करण्याची सवय

एक वैश्विक सत्य : भारतीय माणूस बचत करतो. घरात काहीही अडीअडचणी असोत,

- थोडे पैसे बाजूला ठेवलेच जातात.
- सोनं घेतलंच जातं.
- जमीन, घर यांचा विचार केलाच जातो.

कदाचित बचतीची दिशा चुकीची असेल पण बचतीची सवय ही भारताची मोठी ताकद आहे. याच बचतीमुळे,

- बँकिंग व्यवस्था मजबूत राहते.
- गुंतवणुकीसाठी भांडवल उपलब्ध होते.
- आर्थिक संकटात देश टिकतो.

४. संकटातही भारत तग धरतो

गेल्या काही वर्षांत,

- जागतिक मंदी
- साथरोग
- युद्ध
- महागाई

अशी अनेक संकटं आली. अनेक देशांची अर्थव्यवस्था डळमळीत झाली पण भारतावर तेवढा विपरीत परिणाम झाला नाही.

याची कारणं,

- आपली अंतर्गत बाजारपेठ मजबूत आहे.
- देशांतर्गत मोठे उत्पादन होते आणि अनेक सेवा मिळतात.
- आपली संपूर्ण अर्थव्यवस्था एकाच घटकावर अवलंबून नाही.

याच विविधतेमुळे भारत मजबूत आहे.

मग सामान्य माणसाला अडचण का येते?

देशाची अर्थव्यवस्था मजबूत असतानाही काही व्यक्ती आर्थिक तणावात का असतात? कारण देशाच्या मजबूत अर्थव्यवस्थेचा फायदा कसा घ्यायचा, ते त्यांना कळत नाही. हा फायदा कोणाच्याही खिशात आपोआप येत नसतो. या फायद्याच्या संधी ओळखण्यासाठी आणि वापरण्यासाठी आर्थिक साक्षरता लागते. त्यामुळे देश पुढे जात असतो, पण संधी न साधणारा माणूस मागे राहतो.

अनेक वेळा काय होतं?

- उत्पन्न वाढतं.
- सुखसोयी वाढतात.
- कर्ज सहज मिळतं.

पण,

- खर्च त्याहून जास्त वाढतो.
- कर्ज नियंत्रणाबाहेर जातं.
- बचत कमी होते.

देश पुढे जातो पण माणूस तिथेच अडकतो. कारण त्याला पैशाचं नियोजन, ही संकल्पनाच माहिती नसते.

अर्थव्यवस्था मजबूत म्हणजेच अगणित संधी

मजबूत अर्थव्यवस्था म्हणजे,

- नोकरीच्या संधी
- व्यवसायाच्या संधी
- गुंतवणुकीच्या संधी
- उत्पन्न वाढवण्याच्या संधी

पण या महासागरात उतरण्यासाठी पोहता येणं गरजेचं आहे. आर्थिक साक्षरता म्हणजे या महासागरात योग्य दिशेने पोहण्याचं कौशल्य.

एक मोठा भ्रम : सरकार सर्व काही करेल.

अनेक लोक अजूनही म्हणतात, "सरकार बघेल."

"सरकारी योजना आहे."

"पेन्शन मिळेल."

सरकारची भूमिका महत्त्वाची आहेच; पण देशातील प्रत्येकाची आर्थिक जबाबदारी जगातील कोणतंही सरकार उचलू शकत नाही. सरकार संधी निर्माण करू शकतं. पण त्या संधीचा फायदा घेण्याचं चातुर्य आपल्यात असावं लागतं.

मजबूत अर्थव्यवस्था + आर्थिक साक्षरता = वैयक्तिक समृद्धी

हे सूत्र समजून घेतलं, तर चित्र स्पष्ट होतं. भारताच्या मजबूत अर्थव्यवस्थेचा फायदा कोणाला होतो?

- उत्पन्न वाढवणाऱ्यांना
- नियंत्रित खर्च करणाऱ्यांना
- गुंतवणूक करणाऱ्यांना
- दीर्घकालीन विचार करणाऱ्यांना

ज्यांना तो होत नाही, असे बाकीचे लोक म्हणतात, "सगळं महाग झालंय."

आपण यातून काय शिकायचं?

भारताची अर्थव्यवस्था मजबूत आहे, म्हणजे तक्रारीचं कारण नाही. ही संधी स्वीकारण्याची वेळ आहे. जर देश पुढे जात असेल, तर आपणही पुढे जायला हवं. पण ते फक्त कष्टाने नाही तर शहाणपणाने! भारत मजबूत आहेच. आता प्रश्न आहे, तुमच्या वैयक्तिक आर्थिक स्थितीचा!

केल्याने होत आहे, आधी केलेची पाहिजे! आजपासून हे कराच!

१. देशाची आर्थिक परिस्थिती लक्षात घेऊन, त्या अनुषंगाने तुमच्यासाठी अतिरिक्त उत्पन्न देणारे व्यवसाय किंवा उत्पन्नस्रोत यांची यादी करा.

२. त्यातील दोन स्रोत निवडा आणि काम सुरू करा.

भाग ११

उत्पन्न, महागाई आणि आर्थिक सुरक्षा

प्रकरण १

व्यावसायिक आणि वैयक्तिक पैसा वेगळा ठेवणे

"व्यवसायात पैसा फिरत असतो, माझाच आहे, काय फरक पडतो?"

"घरखर्चासाठी कधीतरी काढला, पुन्हा टाकू."

ही वाक्यं ऐकायला साधी वाटतात. पण याच विचारांमुळे अनेक चांगले व्यवसाय हळूहळू कमकुवत होतात. एक अनुभवी सल्लागार म्हणून मी ठामपणे सांगतो, व्यावसायिक आणि वैयक्तिक पैसा मिसळला की निश्चित गोंधळ होतो आणि गोंधळ झाला की निर्णय चुकतात.

व्यवसायाचा पैसा म्हणजे काय?

व्यवसायाचा पैसा कच्चा माल, पगार, ऑफिस भाडं, कर यांच्यासाठी असतो. गुंतवणुकीसाठी असतो. हा पैसा तुमचा वैयक्तिक खर्च भागवण्यासाठी नाही. तो व्यवसायाचा श्वास आहे.

वैयक्तिक पैसा म्हणजे काय?

घरखर्च, मुलांचे शिक्षण, आरोग्य, वैयक्तिक गुंतवणूक आणि निवृत्ती नियोजन यांसाठी लागणारा पैसा म्हणजे वैयक्तिक पैसा. हा पैसा तुमच्या कुटुंबाच्या सुरक्षिततेसाठी आहे. दोन्हींचा उद्देश वेगळा आहे, म्हणून दोन्हींचे स्थान वेगळेच असायला हवे.

पैसा मिसळला की काय होतं?

पैसा मिसळला, की

- व्यवसायाचा नफा कळत नाही.
- खर्च कुठे जातो ते समजत नाही.
- करनियोजन बिघडतं.
- कर्ज घेताना अडचण येते. आणि सर्वांत महत्त्वाचं, व्यवसाय वाढतोय की नाही, याचं स्पष्ट चित्र दिसत नाही.

एक यक्ष प्रश्न : व्यवसाय चालतोय की नाही?

व्यावसायिक आणि वैयक्तिक पैसा जर एकत्र असेल, तर हा प्रश्न नेहमीच अनुत्तरित राहतो. कधी वाटतं, व्यवसाय छान चाललाय. पण खरं तर तो फक्त घरखर्च भागवत असतो, त्यात वाढ काहीच नसते.

व्यवसायात नफा आणि कॅश फ्लो वेगळे असावेत.

हा मुद्दा खूप महत्त्वाचा आहे. नफा होऊनही पैसा हाताशी नसतो कारण व्यवसायाचा पैसा घरखर्चात गेला असतो. त्यामुळे कॅश फ्लो कोलमडतो. त्यामुळे कागदावर नफा दिसत असला, तरी व्यवसाय अडचणीत येतो.

वेगळे खाते का आवश्यक आहे?

सगळ्यात सोपी आणि प्रभावी सवय, **व्यवसायासाठी वेगळं बँक खाते!**

- सर्व व्यवहार स्पष्ट दिसतात.
- खर्च नियंत्रणात राहतो.
- नफा–तोटा समजतो.
- करनियोजन सोपं होतं.

  हे याचे फायदे आहेत. ही सवय प्रत्येक व्यावसायिकाला उपयुक्त आहे.

स्वतःला पगार द्या : ही सवय लावाच!

व्यवसायातून घरखर्चासाठी हवे तसे पैसे काढू नका. त्याऐवजी,

- स्वतःसाठी ठरावीक मासिक पगार ठरवा.
- तोच पैसा वैयक्तिक खात्यात घ्या.
- उरलेला पैसा व्यवसायातच ठेवा. यामुळे शिस्त येते आणि व्यवसायाची खरी क्षमता कळते.

व्यवसायात पैसे कमी पडले तर काय?

घरखर्चासाठी पैसे काढण्याऐवजी, कर्ज म्हणून नोंद ठेवा आणि परतफेडीची तारीख ठरवा. म्हणजे तुम्ही स्वतःशी प्रामाणिक राहता. व्यवसायाला 'एटीएम' बनवणं हा सर्वांत मोठा धोका आहे.

व्यवसाय वाढवायचा असेल तर काय आवश्यक आहे?

- नफा, तोटा, खरेदी, विक्री, कर्ज, उधारी, कर, मालाचा साठा या सर्वांचे आकडे स्पष्ट असायला हवेत.
- खर्चावर पूर्ण नियंत्रण हवं. त्याची लेखी नोंद हवी.
- तुम्हाला जो नफा होतो, त्याचे पुढे काय करायचे, हे महत्त्वाचे आहे. त्यातला किती भाग परत त्याच व्यवसायात व्यवसायवृद्धीसाठी वापरायचा आणि किती भाग वैयक्तिक आयुष्यात वापरायचा हे ठरवा.

हे सगळं पैसा वेगळा ठेवल्याशिवाय शक्य होत नाही. आकड्यांवर नियंत्रण असेल तेव्हाच व्यवसाय वाढतो.

कर आणि कायदेशीर अडचणी

व्यावसायिक आणि वैयक्तिक पैसा मिसळला, की घर आणि व्यवसाय दोन्ही अडचणीत येतात. कर भरण्यात गोंधळ होतो, संबंधित सरकारी अधिकाऱ्यांना स्पष्टीकरण देताना अडचण येते, नोटिसांचा धोका उद्भवतो. स्पष्ट व्यवहार कायदेशीर सुरक्षितताही देतात.

कर्ज आणि गुंतवणूक मिळवताना अडचण

बँका आणि गुंतवणूकदार एकच गोष्ट पाहतात, व्यवसायाचे **स्वच्छ, स्पष्ट आर्थिक रेकॉर्ड.** पैसा मिसळलेला असेल तर त्यावर कोणाचाही विश्वास बसत नाही, त्यासाठी कर्ज मिळत नाही आणि व्यवसायवाढीच्या संधी निसटतात.

कुटुंब आणि व्यवसाय यांच्यात ताण

पैशामध्ये गोंधळ असेल तर घरात वाद वाढतात, भयानक गैरसमज होतात. अवास्तव अपेक्षा निर्माण होतात आणि ताण निर्माण होतो. हे सर्व स्पष्टता

नसल्यामुळे होते. उदा. तुमच्याकडे आत्ता व्यवसायातले दोन लाख रुपये आले आहेत. ते वैयक्तिक आहेत की व्यवसायातले आहेत, हे घरी माहिती नाही. ते वैयक्तिक आहेत, असे घरच्यांना वाटून ते त्यावर काही बेत आखू शकतात. हा बेत नंतर अर्थातच कोलमडतो. कारण हे पैसे तुमचे वैयक्तिक नसतात. दुसरी परिस्थिती म्हणजे तुमच्या मुलीची कॉलेजची फी भरायची आहे, त्यासाठी तुम्ही तीन लाख रुपये तुमच्या खात्यात भरले आहेत. तुमच्या ऑफिसमध्ये हे माहिती नाही. तुमच्या स्टाफकडून ती रक्कम तुमच्या व्यावसायिक देण्यासाठी वापरली जाऊ शकते. यामुळे मोठेच संकट निर्माण होऊ शकते. म्हणून वैयक्तिक आणि व्यावसायिक पैसे हे भिन्न खात्यांमध्येच असावेत. त्यांची सरमिसळ कधीही करू नये. थोडक्यात, वेगळा पैसा म्हणजे शांतता!!

एक गैरसमज : मी छोटा व्यवसाय करतो!

व्यवसाय छोटा असो वा मोठा, शिस्त आवश्यकच आहे. लहान व्यवसायात ही सवय लावली, तर मोठा झाल्यावर ती आपोआप साथ देते.

व्यवसाय म्हणजे दीर्घकालीन प्रवास

व्यवसाय एकदोन महिने नाही, वर्षानुवर्षे सुरू असतो. या प्रवासात पैसा वेगळा ठेवणं हा सर्वांत मजबूत पाया आहे. व्यवसाय आणि वैयक्तिक पैसा वेगळा ठेवणं ही केवळ अकाउंटिंगची सवय नाही. ती आहे, **व्यवसायाला आणि स्वतःच्या भविष्याला सुरक्षित करण्याची पद्धत.** ही सवय लागली, की व्यवसाय वाढतो, घर शांत राहतं आणि निर्णय स्पष्ट होतात. यालाच म्हणतात खरी आर्थिक शिस्त.

केल्याने होत आहे, आधी केलेची पाहिजे! आजपासून हे कराच!

१. व्यवसायासाठी वेगळे बँक खाते उघडा.
२. वैयक्तिक आणि व्यावसायिक खर्च वेगळे लिहा.
३. स्वतःसाठी मासिक वेतन घ्या.
४. प्रत्येक व्यवहार नोंदवत जा.

प्रकरण २

व्यावसायिक व उद्योजकांसाठी आर्थिक शिस्त

(कॅश फ्लो व्यवस्थापन)

"काम खूप आहे, पण पैसा हातात नाही."

"ऑर्डर आहेत, पण पैसे वेळेवर येत नाहीत."

"नफा आहे असं वाटतं, पण ताण काही कमी होत नाही."

ही वाक्यं ऐकली, की एक गोष्ट स्पष्ट होते, **समस्या व्यवसायात नाही, समस्या कॅश फ्लोमध्ये आहे.**

अनेक व्यवसाय उत्पादन चांगलं असूनही, ग्राहक असूनही, फक्त कॅश फ्लो नीट न सांभाळल्यामुळे अडचणीत येतात.

कॅश फ्लो म्हणजे नेमकं काय?

कॅश फ्लो म्हणजे,

- पैसा किती आणि कधी येतो.
- पैसा किती आणि कधी जातो.

सोप्या भाषेत, तुमचे पुरवठादार, तुम्ही आणि तुमचे ग्राहक या तिघांमधून, तुमच्या व्यवसायातला पैसा, कोणत्याही अडथळ्याशिवाय फिरत राहणे. नफा आणि कॅश फ्लो हे दोन वेगळे शब्द आहेत. कागदावर नफा असूनही, जर हातात पैसा नसेल, तर व्यवसाय अडखळतो.

एक घातक गैरसमज : नफा आहे म्हणजे सर्व ठीक!

हा गैरसमज अनेक उद्योजकांना महाग पडतो. कारण, त्यांनी ग्राहकांना माल दिलेला असतो, त्यांचे बिलही त्यांना दिलेले असते. पण ग्राहकांनी पैसे दिलेले नसतात. थोडक्यात, वसुली व्हायची असते. त्यामुळे कागदावर नफा दिसतो, पण बँक खातं रिकामंच असतं. कॅश फ्लोशिवाय नफा निरर्थक ठरतो.

कॅश फ्लो इतका महत्त्वाचा का आहे?

कॅश फ्लो चांगला असेल, तर

- तुमच्या कर्मचाऱ्यांना पगार वेळेवर देता येतो.
- पुरवठादारांना पैसे देता येतात.
- तुम्हाला नवीन ऑर्डर मिळाली तर लगेच स्वीकारता येते.

कॅश फ्लो बिघडला, की

- ताण वाढतो.
- कर्ज घ्यावं लागतं.

कॅश फ्लो बिघडण्याची सामान्य कारणं

१. उशिरा किंवा न होणारी वसुली : ग्राहक पैसे वेळेवर देत नाहीत किंवा बुडवतात.
२. खर्चावर नियंत्रण नसणे : छोटे छोटे खर्च होत राहतात.
३. क्रेडिट कालावधी नीट ठरवलेला नसणे : ग्राहकाला उधारीत माल देणे, तो कालावधी अनिश्चित असणे
४. आपत्कालीन निधी नसणे : अनपेक्षित खर्च आला की सगळं बिघडतं.

कॅश फ्लो म्हणजे शिस्त

कॅश फ्लो सुधारायचा असेल, तर व्यवसायात शिस्त आणावी लागते. तुम्ही करत असलेला प्रत्येक खर्च योग्य असणे, तो योग्य असल्याची खात्री करणे, तो व्यवस्थित लिहून ठेवणे, तुम्ही विकलेल्या मालाची नोंद ठेवणे, ती बिल्स वेळेवर देणे, त्यांची वसुली वेळेवर होणे, ते पैसे योग्य ठिकाणी जाणे, त्यातून तुमचा पुढचा माल येणे, कर्मचाऱ्यांचे पगार होणे या गोष्टी आणि इतर सर्व व्यावसायिक

गोष्टी अडथळ्याशिवाय आणि वेळेत होत राहाव्या लागतात. ही शिस्तच तुम्हाला यशस्वी बनवत असते. ही एक दिवसात येत नाही, ती हळूहळू तयार होते.

वसुली : पैसा अडकलेला असतो

वसुली म्हणजे तुमचे इतरांकडे अडकलेले पैसे मिळवणे. जर वसुली वेळेवर होत नसेल, तर तुम्ही इतरांचा व्यवसाय चालवत आहात, स्वतःचा नाही.

स्पष्ट अटी ठेवा : पेमेंटची तारीख आणि विलंबाची जबाबदारी या दोन्ही गोष्टी ठरलेल्याच असल्या पाहिजेत आणि त्या लेखीच पाहिजेत. तोंडी गोष्टी बऱ्याचदा तुम्हाला खड्ड्यात लोटतात. आणखी एक महत्त्वाचा मुद्दा म्हणजे वसुली ही लाज वाटण्याची गोष्ट नाही, ती व्यवसायाची गरज आहे. लाज जर का वाटली तर ती समोरच्याला वाटायला हवी, आपल्याला नव्हे! आपण आपले हक्काचे पैसे मागायला गेलो आहोत, भीक मागायला नाही.

खर्च : आधी नियोजन, मग खर्च

खर्च करताना विचार करा,

- हा खर्च आवश्यक आहे का?
- यामुळे कॅश फ्लोवर परिणाम होईल का?

प्रत्येक खर्च गुंतवणूक असायलाच हवी, त्यातून परत काही मिळायलाच हवे असं नसतं. काही खर्च फक्त नुसतेच 'खर्च' असतात. ते करावेच लागतात. या मुद्द्याचा नीट विचार करा.

कॅश फ्लोचं पुढचं चित्र पाहा

पुढील ३–६ महिन्यांचा अंदाजे कॅश फ्लो आधीच लिहा. पैसे किती येणार आणि किती जाणार हे कळलं, की अचानक बसणारे धक्के कमी होतात. अंदाज नसलेला व्यवसाय बेभरवशी आणि भोंगळ असतो. तो असा आपण आपल्या हाताने बेभरवशी करण्यात काहीही अर्थ नाही. मुळात व्यवसायावर भरवसा असला पाहिजे, तो बेभरवशी असताच कामा नये.

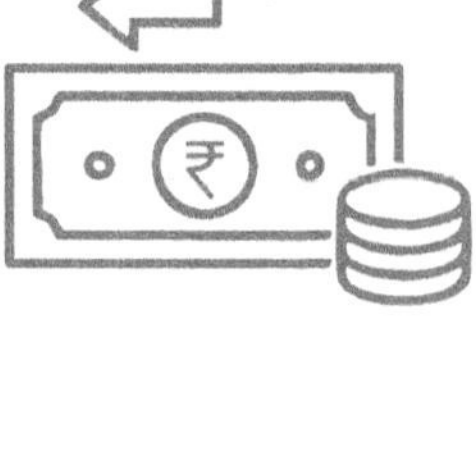

कर्ज आणि कॅश फ्लो

कर्ज चुकीचं नसतं पण कॅश फ्लो सांभाळण्यासाठी सतत कर्ज घेत राहणं, धोकादायक आहे. कर्जामुळे समस्या सुटत नाही, पुढे ढकलली जाते. कर्ज घेण्याआधी कॅश फ्लो सुधारता येतो का, हे तपासा.

- **आपत्कालीन निधी : व्यवसायासाठीही आवश्यक**
  फक्त घरासाठी नाही, व्यवसायासाठीही आपत्कालीन निधी हवा.
  - अचानक एखादं मशीन बिघडलं.
  - अनपेक्षितपणे मोठा खर्च आला.
  - पेमेंट अडकलं.

  असा निधी असेल, तर परिस्थिती हातघाईची होत नाही.
- **कॅश फ्लो आणि मानसिक आरोग्य**
  कॅश फ्लो नीट असेल, तर
  - व्यवसाय नीट चालतो.
  - व्यवसायाचा आनंद मिळतो.
  - झोप शांत लागते.

  पैशांचा ताण उद्योजकाची ऊर्जा खातो. कॅश फ्लो सुधारला, की मनावरचे ओझे उतरते.
- **कॅश फ्लो म्हणजे सतत लक्ष देण्याची प्रक्रिया**
  हे एकदाच करून संपत नाही.
  - दर आठवड्याला पाहा.
  - दर महिन्याला तपासा.
  - गरजेनुसार बदल करा.

  कॅश फ्लोकडे दुर्लक्ष केलं, तर तो लगेच बिघडतो.

एक भ्रम : मी लहान उद्योजक आहे

कॅश फ्लोची शिस्त फक्त मोठ्या कंपन्यांसाठी नाही. लहान व्यवसायात ही सवय लावली, तर मोठा झाल्यावर तीच ताकद बनते.

व्यवसायात टिकायचं असेल तर...

- नफा बघा पण कॅश फ्लोसुद्धा बघा.

- जमाखर्चाचे आकडे समजून घ्या.
- भावनिक निर्णय बाजूला ठेवा.

उद्योजक म्हणून सगळ्यात मोठी जबाबदारी : **पैशावर नियंत्रण.**

व्यवसाय कल्पनेवर उभा राहतो, पण तो कॅश फ्लो वर टिकतो. आर्थिक शिस्त ही उद्योजकाची सगळ्यात मोठी ताकद आहे. ही शिस्त असेल, तर व्यवसाय वाढतो, ताण कमी होतो आणि प्रवास खूप अधिक समाधानकारक होतो.

आर्थिक शिस्तीतला सर्वांत महत्त्वाचा मुद्दा : जामीनदार राहणे!

प्रत्येक जणच पैसे मिळवण्यासाठी खटपट करत असतो. त्यात तुमचे नातेवाईक, मित्रमंडळी किंवा व्यावसायिक सहकारी हेसुद्धा येतात. काही वेळा कर्ज घेताना त्यांना जामीनदार हवे असतात. अशावेळी ते तुम्हाला गळ घालतात आणि तुम्ही त्यांना जामीन राहता. यात चूक काहीच नाही परंतु कोणत्याही कारणाने त्यांना ते कर्ज फेडता आले नाही, तर ती वसुली बँक तुमच्याकडून करते आणि तुमचा सर्व डोलारा इथे कोसळू शकतो. त्यामुळे किती रकमेसाठी आपण जामीन राहायचे आहे, हे ठरवा. जी रक्कम आपल्या आयुष्यातून निघून गेली, तर आपल्याला काहीही फरक पडणार नाही, अशाच रकमेसाठी जामीन राहा. ही सर्वांत महत्त्वाची आर्थिक शिस्त आहे. एका प्रख्यात भारतीय उद्योगपतीच्या आयुष्यातली सत्य घटना सांगतो.

आलिशान जीवनशैली आणि अफाट संपत्तीसाठी ओळखले जाणारे हे एक मोठे प्रस्थ होते. एका मोठ्या लिमिटेड कंपनीचे अध्यक्ष होते. त्यांनी आपल्या मुलीचा विवाह अत्यंत राजेशाही थाटात पार पाडला होता. या शानदार विवाहसोहळ्यावर त्यांनी तब्बल ५५० कोटी रुपये खर्च केले होते. यावरूनच त्यांच्या ऐश्वर्याची कल्पना येऊ शकते. मात्र काळाचे चक्र असे फिरले, की नंतर लंडनच्या न्यायालयाने त्यांना एका खटल्यामध्ये दिवाळखोर घोषित केले. आज त्यांच्यावर १३० दशलक्ष पौंडांपेक्षा अधिक रकमेचे अवाढव्य कर्ज आहे.

काय झाले होते नेमके ? त्यांच्या या आर्थिक पडझडीची मुख्य सुरुवात बोस्निया येथील एका कंपनीशी जोडलेली आहे. या उद्योगपतीने या बोस्नियन कंपनीच्या कर्जासाठी जामीनदार म्हणून हमी दिली होती. जेव्हा ही कंपनी एका लंडनस्थित स्टील ट्रेडिंग कंपनीचे कर्ज फेडण्यात पूर्णपणे अपयशी ठरली, तेव्हा हमीदार

असल्याने उद्योगपतीला त्याचा सर्वांत मोठा फटका सहन करावा लागला. या एका चुकीमुळे त्यांची अवस्था अधिकच खालावली. याशिवाय, या उद्योगपतीला आणि बोस्नियन कंपनीच्या इतर दोन अधिकाऱ्यांना आर्थिक फसवणुकीच्या आरोपावरून बोस्नियामध्ये अटक करण्यात आली. त्यानंतर कायदेशीर प्रक्रियांअंती त्यांची पूर्णपणे दिवाळखोरी जाहीर केली गेली. दिवाळखोरीची कारवाई झाली, त्या वेळी या उद्योगपतीचे वय ६८ वर्षे होते. त्यांनी आपल्या कर्जदारांना सुमारे २.५ अब्ज पौंड (जवळपास २४,००० कोटी रुपये) रकमेची परतफेड केली होती. न्यायालयात दाखल केलेल्या दिवाळखोरीच्या अर्जात त्यांनी अत्यंत धक्कादायक माहिती दिली होती. त्यांच्याकडे स्वतःचे असे कोणतेही वैयक्तिक उत्पन्न शिल्लक नव्हते. आजमितीस त्यांच्याकडे स्वतःची अशी कोणतीही संपत्ती नाही. त्यांची पत्नी त्यांच्यापेक्षा आर्थिकदृष्ट्या अधिक सक्षम असून त्यांचे बँक खातेही पूर्णपणे वेगळे आहे. सध्या त्यांचा मासिक खर्च त्यांच्या पत्नी आणि मुलांकडून उचलला जातो.

अब्जाधीश ते दिवाळखोर हा प्रवास अत्यंत चक्रावून टाकणारा आहे. व्यवसायातील चुकीचे निर्णय आणि वारेमाप उधळपट्टी माणसाला किती मोठ्या आर्थिक संकटात ढकलू शकते, याचे हे एक जिवंत आणि धडकी भरवणारे उदाहरण आहे. संपत्तीचे योग्य नियोजन न केल्यास कितीही मोठे साम्राज्य कोसळू शकते, हा अत्यंत महत्त्वाचा धडा यातून मिळतो. त्यामुळे मित्रांनो, जामीन राहताना शंभर वेळा विचार करा!

केल्याने होत आहे, आधी केलेची पाहिजे! आजपासून हे कराच!

१. पुढील तीन महिन्यांचा कॅश फ्लो लिहा.
२. वसुली आणि खर्च यांचे नियम स्पष्ट ठरवा.
३. व्यवसायासाठी आपत्कालीन निधी तयार करा.
४. दरमहा कॅश फ्लोचा आढावा घ्या.
५. कोणालाही जामीन राहिला असाल, तर त्या कर्जाचा ताबडतोब आढावा घ्या,
दुर्लक्ष करू नका. त्यातून लवकरात लवकर बाहेर पडा.

समाप्त

'पैसा झाला मोठा'
हा प्रवास इथे संपतो,
पण,
तुमचा आर्थिक प्रवास
इथूनच खऱ्या अर्थाने
सुरू होतो.

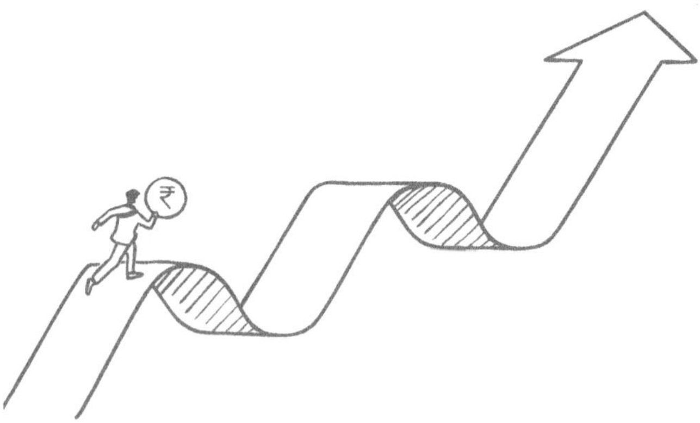

अभिप्राय

'पैसा झाला मोठा : श्रीमंतीकडे नेणारा व्यवहार्य मार्ग' हे पुस्तक म्हणजे आर्थिक साक्षरतेच्या विषयावर लेखक स्वानंद समुद्र यांनी आपल्या प्रदीर्घ अनुभवातून दिलेलं अत्यंत परिपक्व आणि विश्वासार्ह मार्गदर्शन आहे. जवळपास चार दशकांचा गुंतवणूक सल्लागार म्हणूनचा अनुभव या पुस्तकाच्या प्रत्येक पानावर जाणवतो.

या पुस्तकातून वाचकाची सुरुवात पैशाबद्दलची मानसिकता बदलण्यापासून होते. पैसा मित्र कसा बनू शकतो, श्रीमंती ही केवळ उत्पन्नावर नाही तर विचारांवर कशी अवलंबून असते, वेळेचं आणि शिस्तीचं महत्त्व काय हे लेखक अतिशय सोप्या, व्यवहार्य उदाहरणांमधून स्पष्ट करतात. मराठी समाजातील आर्थिक सवयींवर केलेलं प्रामाणिक निरीक्षण पुस्तकाला अधिक परिणामकारक बनवतं.

पुढील भागात कर्ज, क्रेडिट कार्ड, खर्च व्यवस्थापन आणि गुंतवणुकीची मूलभूत तत्त्वं यांची वास्तववादी मांडणी आहे. झटपट श्रीमंत होण्याच्या फसव्या आकर्षणांपासून दूर राहण्याचा सल्ला लेखक ठामपणे देतात. कम्पाउंडिंग, पॅसिव्ह इन्कम आणि विविध उत्पन्न स्रोत यांचा विचार वाचकाला दीर्घकालीन संपत्ती निर्मितीकडे नेतो.

यानंतर विमा, आर्थिक सुरक्षा, जीवनातील वेगवेगळे टप्पे, निवृत्ती नियोजन आणि आर्थिक स्वातंत्र्याकडे जाण्याचा मार्ग यावर सखोल मार्गदर्शन मिळतं. आर्थिक यशासोबत मानसिक शांतता आणि सुरक्षिततेचं महत्त्व येथे अधोरेखित केलं आहे.

पुस्तकाच्या शेवटच्या टप्प्यात गुंतवणूक पर्याय, म्युच्युअल फंड, शेअरबाजार, महागाई आणि उद्योजकांसाठी आर्थिक शिस्त याबाबत स्पष्ट आणि समजण्यास सोपं मार्गदर्शन दिलं आहे. एकंदरीत, स्वानंद समुद्र यांचं 'पैसा झाला मोठा' हे पुस्तक म्हणजे केवळ आर्थिक मार्गदर्शक नसून समृद्ध, शिस्तबद्ध आणि समाधानकारक जीवनाचा विश्वासार्ह साथीदार आहे. प्रत्येक मराठी वाचकाने हे पुस्तक नक्की वाचावं, असं मनापासून वाटतं.

– श्रीधर गायकवाड, अध्यक्ष
पुणे पीपल्स को-ऑप. बँक लि., पुणे

आर्थिक साक्षरता ही केवळ वैयक्तिक प्रगतीची बाब नसून राष्ट्रनिर्मितीचा एक महत्त्वाचा पाया आहे. 'पैसा झाला मोठा : श्रीमंतीकडे नेणारा व्यवहार्य मार्ग' हे पुस्तक व्यक्ती आणि कुटुंबांना आर्थिकदृष्ट्या सक्षम बनवण्याची प्रेरणा देते. स्वानंद समुद्र यांनी आपल्या दीर्घ अनुभवाच्या आधारे बचत, गुंतवणूक, शिस्त आणि दीर्घकालीन नियोजन यांचे महत्त्व अत्यंत सोप्या व प्रभावी भाषेत मांडले आहे.

आजच्या बदलत्या आर्थिक वातावरणात प्रत्येक नागरिकाने आर्थिकदृष्ट्या सजग असणे आवश्यक आहे. हे पुस्तक केवळ संपत्ती निर्माण करण्याबद्दल बोलत नाही, तर जबाबदार आर्थिक वर्तन, सामाजिक भान आणि भविष्यासाठीची तयारी यांची जाणीव करून देते. आर्थिकदृष्ट्या सशक्त नागरिक हेच मजबूत भारताचे आधारस्तंभ आहेत आणि त्या दिशेने हे पुस्तक एक सकारात्मक पाऊल आहे.

– प्रा. डॉ. मेधा विश्राम कुलकर्णी
खासदार राज्यसभा

अभिनय क्षेत्रात यश, प्रसिद्धी आणि उत्पन्न यांचा वेग खूप असतो, पण त्यासोबत आर्थिक नियोजन तितकंच महत्त्वाचं असतं. 'पैसा झाला मोठा : श्रीमंतीकडे नेणारा व्यवहार्य मार्ग' हे पुस्तक वाचताना पैशाकडे पाहण्याची समतोल आणि वास्तववादी दृष्टी मिळते. स्वानंद समुद्र यांनी आर्थिक स्थैर्य आणि दीर्घकालीन नियोजन किती गरजेचं आहे, हे अतिशय प्रभावीपणे समजावून सांगितलं आहे. प्रत्येक कलाकार आणि क्रिएटिव्ह क्षेत्रात काम करणाऱ्या व्यक्तीसाठी हे पुस्तक नक्की मार्गदर्शक ठरेल.

– महेश कोठारे

अर्थसाक्षरतेचा नवा अध्यायः 'पैसा झाला मोठा'

मानवी संस्कृतीच्या प्रवासात 'पैसा' हे केवळ विनिमयाचे साधन न राहता ते प्रगतीचे एक महत्त्वाचे परिमाण बनले आहे. मात्र, दुर्दैवाने आपल्या शिक्षणपद्धतीत आणि सामाजिक चर्चेत अर्थशास्त्राला नेहमीच क्लिष्ट किंवा केवळ तज्ज्ञांचा विषय मानले गेले. सामान्य माणसाच्या जीवनात पैसा येतो, खर्च होतो, पण तो 'मोठा' कसा होतो, याचे शास्त्र समजून घेणे ही काळाची गरज आहे. याच पार्श्वभूमीवर स्वानंद समुद्र यांचे 'पैसा झाला मोठा' हे पुस्तक वाचून मला मनापासून आनंद झाला आहे.

पुस्तकाचे वेगळेपण :

अर्थशास्त्रातील गुंतागुंतीचे सिद्धांत सामान्य माणसाला समजतील अशा सोप्या, रसाळ आणि ओघवत्या भाषेत मांडणे हे एक आव्हानात्मक काम आहे. स्वानंद यांनी हे आव्हान लीलया पेलले आहे. या पुस्तकाची काही प्रमुख वैशिष्ट्ये मला प्रकर्षाने जाणवली:

साधी आणि सुबोध मांडणीः

अर्थशास्त्रातील तांत्रिक संज्ञांचा बोजा न लादता, दैनंदिन उदाहरणांतून लेखकाने विषयाची व्याप्ती स्पष्ट केली आहे.

- *दृष्टिकोन बदलण्याची क्षमता :* पैसा साठवणे आणि पैसा वाढवणे (Saving & Investing) यातील सूक्ष्म पण मूलभूत फरक हे पुस्तक अधोरेखित करते.
- *व्यावहारिक ज्ञान :* केवळ सैद्धांतिक माहिती न देता, बदलत्या जागतिक अर्थव्यवस्थेत स्वतःचे आर्थिक नियोजन कसे करावे, याचे दिशादर्शन यात मिळते.

आर्थिक स्वातंत्र्याचा मार्ग

माझा असा ठाम विश्वास आहे, की जोपर्यंत समाज अर्थसाक्षर होत नाही, तोपर्यंत खऱ्या अर्थाने आर्थिक सुबत्ता येऊ शकत नाही. 'पैसा झाला मोठा' हे पुस्तक केवळ वाचनीय नसून ते संग्रही ठेवण्यासारखे आहे. तरुणांपासून ते निवृत्तांपर्यंत

प्रत्येकासाठी हे पुस्तक मार्गदर्शक ठरेल. स्वतंत्र विचारांची पेरणी आणि आर्थिक गणितांची उकल करणाऱ्या या कलाकृतीबद्दल मी स्वानंद समुद्र यांचे अभिनंदन करतो. त्यांच्या लेखणीतून असेच दर्जेदार साहित्य निर्माण होत राहो, हीच सदिच्छा.

वाचकांना हे पुस्तक समृद्धीच्या नव्या वाटा दाखवेल, याची मला खात्री आहे.

– **कृष्णकुमार गोयल**

अध्यक्ष, कोहिनूर ग्रुप

लेखक परिचय

स्वानंद समुद्र

- एमडीआरटी यशासाठी कोटक महिंद्रा लाइफ इन्शुरन्स कंपनीकडून भारतीय टपाल आणि डाक सेवेचे तिकीट प्रकाशित.
- शेअरबाजारातील ३९ वर्षांचा प्रदीर्घ अनुभव.
- देश-विदेशातील ४,००० हून अधिक गुंतवणूकदारांना सल्ला व अंमलबजावणी सेवा
- अर्थतज्ज्ञ म्हणून 'सीएनबीसी टी व्ही18' कडून गौरव
- सकाळसह विविध वृत्तपत्रांत गुंतवणूक विषयक कार्याचा विशेष उल्लेख.
- रोटरी क्लबचे अध्यक्ष म्हणून कार्य; जनकल्याण ब्लड बँकसाठी ८१ लाख रुपयांच्या ग्लोबल ग्रँट प्रकल्पाचे नेतृत्व.
- मॉडर्न कॉलेज, जे. एम. रोड आणि लोणावळा कॉलेज ऑफ कॉमर्स येथे अतिथी प्राध्यापक गुंतवणूक जनजागृतीसाठी अनेक निवेश साक्षरता कार्यक्रमांचे आयोजन.
- जनकल्याण रक्तपेढी या नोंदणीकृत ट्रस्टचे सल्लागार, धोरणात्मक नियोजन व उद्दिष्टपूर्तीसाठी मार्गदर्शन.
- 'सकाळ मनी'मध्ये नियमित स्तंभलेखक म्हणून दरमहा आर्थिक विषयांवर लेखन.
- 'मनी मॅटर्स' (संपत्ती निर्माण व गुंतवणूक जनजागृतीची रहस्ये) या पुस्तकाचे लेखक.

सकाळ प्रकाशनाची इतर पुस्तके

- समर्थ रामदास रचित दासबोधातील गुंतवणूक बोध
- वित्तीय साक्षरता आणि सर्वसमावेशकता
- अर्थमेळ
- गोष्ट पैशापाण्याची
- कर्जे देताना घेताना : कर्ज मंजुरी ते कर्जफेड प्रक्रियांच्या तपशिलांसह
- महिलांचे अर्थभान
- कर्जभान : गृहकर्जे आणि इतर कर्जे
- Financial Spirituality
- बिटकॉइनची अद्भुत दुनिया
- अर्थभान : ध्यानीMoney
- मनी वाईज : आम आदमीचा संपत्ती व आर्थिक स्वातंत्र्याचा मार्गदर्शक
- धनवृद्धीसाठी म्युच्युअल फंड
- अर्थभान : बँकिंग व विमा
- श्रीशिल्लक : निवृत्तिपूर्व आणि निवृत्तिपश्चात आर्थिक नियोजन
- समृद्धीच्या दिशेनेः शेतकऱ्यांसाठी आर्थिक नियोजन
- मैत्री बँकिंगशी

www.ingramcontent.com/pod-product-compliance
Lightning Source LLC
Chambersburg PA
CBHW050523240926
51846CB00003B/668
* 9 7 8 9 3 4 7 1 3 8 3 9 3 *